ഗ്രീൻ ബുക്സ്

ലോക ക്ലാസ്സിക് സിനിമ

ഷിജു ആച്ചാണ്ടി

തൃശൂർ ജില്ലയിലെ കൊരട്ടിയിൽ 1973ൽ ജനനം.
1996 മുതൽ സത്യദീപം
വാരികയിൽ സബ് എഡിറ്റർ.
രണ്ട് ആക്ഷേപഹാസ്യ
പുസ്തകങ്ങൾ പ്രസിദ്ധീകരിച്ചിട്ടുണ്ട്.
ഇമെയിൽ: shijuachandy@gmail.com

ലോക ക്ലാസ്സിക് സിനിമ

ഷിജു ആച്ചാണ്ടി

ഗ്രീൻ ബുക്സ്

green books private limited
little road, ayyanthole, thrissur- 680 003
ph: 0487-2361038
website: www.greenbooksindia.com
e-mail: info@greenbooksindia.com

(malayalam)
loka classic cinema
(study)
by
shiju achandy

first published march 2016

cover design : rajesh chalode

branches:
thrissur 0487-2422515
palakkad 0491-2546162
kannur 0497-2763038
thiruvananthapuram

isbn : 978-81-932512-9-4

GBPL/753/2016

വിഖ്യാതങ്ങളായ 32 ചലച്ചിത്രങ്ങളുടെ കഥകൾ ലളിതമായ ഭാഷയിൽ പറയുകയാണ് ഈ പുസ്തകം. വിവിധ നാടുകളിലും ഇനങ്ങളിലും കാലങ്ങളിലും പെട്ട സിനിമകൾ പ്രാതിനിധ്യ സ്വഭാവത്തോടെയാണ് ഉൾപ്പെടുത്തിയിട്ടുള്ളത്. നിരവധി ചലച്ചിത്ര നിരൂപണങ്ങളും പഠനഗ്രന്ഥങ്ങളും മലയാളത്തിൽ ലഭ്യമാണെങ്കിലും പഠനവിധേയമാകുന്ന സിനിമകളുടെ കഥകൾ അവയിൽ നിന്നു പൂർണമായി വായിച്ചെടുക്കാൻ സാധിക്കാറില്ല. കഥ പറയുക അത്തരം പഠനങ്ങളുടെ ലക്ഷ്യവുമല്ല. ഈ പശ്ചാത്തലത്തിലാണ് നിരൂപണ പദാവലികളൊന്നുമില്ലാതെ കഥ മാത്രം പറയുക എന്ന നിഷ്ഠയോടെ ഈ കുറിപ്പുകൾ തയ്യാറാക്കിയത്. ചലച്ചിത്രങ്ങൾ വായിക്കാനുള്ളതല്ല, കാണാനുള്ളതാണ്. സിനിമയെന്ന വിസ്മയകരമായ ആവിഷ്കാരരൂപത്തിന്റെ ഒരു ഘടകം മാത്രമാണ് കഥ. മാത്രമല്ല, ഒരു കഥ പറയുക എന്ന പരിമിത ലക്ഷ്യമല്ല ഈ മാധ്യമത്തെ തങ്ങളുടെ ആത്മാവിഷ്കാരത്തിനു പയോഗിക്കുന്ന ചലച്ചിത്രകാരന്മാർക്കുള്ളത്. എന്നാൽ, ഹൃദയസ്പർശിയായ ഒരു കഥാതന്തു പൊതുവെ മികച്ച സിനിമകളിൽ ഉണ്ടാകും. അതു വായിച്ച് വായനക്കാർ അതിനാധാരമായ സിനിമകളിലേയ്ക്ക് നീങ്ങട്ടെ എന്ന പ്രചോദന ചിന്തയാണ് ഈ പുസ്തകപ്പിറവിക്ക് കാരണമാകുന്നത്.

ഷിജു ആച്ചാണ്ടി

ലോക ക്ലാസ്സിക് സിനിമ

ടു ഹാഫ് ടൈംസ് ഇൻ ദ ഹെൽ (1962)

സൊൾട്ടാൻ ഫാബ്രി

1944ൽ ഹങ്കറിയിൽ ജർമ്മൻ നാസിപട്ടാളത്തിന്റെ ഒരു കോൺസൻട്രേഷൻ ക്യാമ്പ്. പട്ടാളക്കാരും അവരുടെ അടിമകളായി പണിയെടുക്കുന്ന തടവുകാരുമാണ് ഇവിടെയുള്ളത്. സർവ്വസൈന്യാധിപന്റെ ജന്മദിന വേളയിൽ നാടകമവതരിപ്പിക്കാൻ ഏല്പിച്ചിരുന്ന നാടകസംഘത്തിന് എത്താനാകുന്നില്ല. അതിനു പകരമായി തടവുകാരുടെയും പട്ടാളക്കാരുടെയും ടീമുകൾ തമ്മിൽ ഫുട്ബോൾ മത്സരം നടത്താൻ തീരുമാനമാകുന്നു.

പ്രൊഫഷണൽ ഫുട്ബോൾ കളിക്കാരനായ ഡിയോ തടവുകാരുടെ കൂട്ടത്തിലുണ്ട്. അയാളെ വിളിച്ച് തടവുകാരുടെ ടീമിനെ സജ്ജമാക്കാൻ പട്ടാളക്കാർ നിർദേശം കൊടുക്കുന്നു. പട്ടിണിക്കോലങ്ങളായ തടവുകാരെ

കൊണ്ട് ഫുട്ബോൾ കളിപ്പിക്കാൻ പറ്റില്ലെന്നു ഡിയോ പറയുന്നു. അതിനു പട്ടാളക്കാർ പരിഹാരം നിർദേശിക്കുന്നു. ടീമിലെടുക്കുന്ന തടവുകാർക്ക് പണിയെടുക്കേണ്ട. കൂടുതൽ ഭക്ഷണവും നൽകും. തന്റെ വ്യവസ്ഥകൾ അംഗീകരിക്കപ്പെട്ടതോടെ ടീമിനെ ഒരുക്കാമെന്നു ഡിയോ സമ്മതിക്കുന്നു. പരിശീലനത്തിനായി ഒരു ഫുട്ബോളും അയാൾക്കു കൊടുക്കുന്നു. ഫുട്ബോൾ കിട്ടുമ്പോൾ ഡിയോയ്ക്കു വലിയ ആനന്ദ മൂർച്ഛ തന്നെ ഉണ്ടാകുന്നു. പന്തു വച്ച് അയാൾ വലിയ അഭ്യാസപ്രകടനങ്ങൾ നടത്തും. തുടർന്ന്, അസ്ഥികൂടങ്ങളെന്നു താൻ നേരത്തെ വിളിച്ച തടവുകാരെകൊണ്ട് ഡിയോ ഒരു ഫുട്ബോൾ ടീമിനെ ഉണ്ടാക്കിയെടുക്കുകയാണ്.

ഫുട്ബോൾ ടീമിനു ലഭിക്കുന്ന സൗകര്യങ്ങളുപയോഗിച്ച് തടവറയിൽ നിന്നു രക്ഷപ്പെടുകയാണു കളിക്കാരായി തിരഞ്ഞെടുക്കപ്പെട്ട തടവുകാർ. അവർ പക്ഷേ വൈകാതെ പിടിക്കപ്പെടുന്നു. തടവു ചാടുന്നവർക്കു വധശിക്ഷയാണു ലഭിക്കുക. പക്ഷേ ഫുട്ബോൾ കളി നടക്കണമെന്നതുകൊണ്ടു വധശിക്ഷ നീട്ടിവയ്ക്കുന്നു. കളി കഴിഞ്ഞാലുടനെ മരണമുണ്ടായേക്കാമെന്നതിനാൽ കളിക്കാർക്ക് കളിക്കാൻ താത്പര്യമില്ല. അതു മനസ്സിലാക്കിയ പട്ടാളം ഒരു വാഗ്ദാനം കൊടുക്കുന്നു: കളി ജയിച്ചാൽ വധശിക്ഷ ഒഴിവാക്കാം.

കളി തുടങ്ങുന്നു. കളി തടവുകാരുടെ ടീമിന് അക്ഷരാർത്ഥത്തിൽ തന്നെ ഒരു മരണക്കളിയാണ്. കാമുകിയുമൊത്ത് കളി കാണുന്ന പട്ടാള മേധാവിക്കാകട്ടെ വെറുമൊരു നേരമ്പോക്കും. കളിച്ചുജയിച്ചാൽ ശിക്ഷ ഒഴിവാകുമോ, പട്ടാളക്കാരെ തോല്പിച്ചാൽ അതിന്റെ പേരിൽ ശിക്ഷിക്കപ്പെടുമോ, പട്ടാളക്കാർക്കു ജയിക്കാൻ വേണ്ടി ഒത്തുകളിച്ചാൽ

കളിയുടെ രസം കളഞ്ഞെന്ന പേരിൽ ശിക്ഷിക്കപ്പെടുമോ എന്നൊന്നും തീർച്ചയില്ലാത്ത അവസ്ഥ. കളിയുടെ ആദ്യഘട്ടത്തിൽ പട്ടാളക്കാരുടെ ടീമിനാണു മുൻതൂക്കം. എപ്രകാരം കളിക്കുമെന്ന ആശയക്കുഴപ്പങ്ങൾക്കൊടുവിൽ തടവുകാരുടെ ടീം നൈസർഗികമായ കളിയിലേക്കും അതിന്റെ ആവേശത്തിലേക്കും കടന്നു ചെല്ലുന്നു. അതോടെ പട്ടാളക്കാരുടെ ടീം തോൽവിയെ മുഖാമുഖം കാണുന്നു. ഇത് ഇഷ്ടപ്പെടാത്ത പട്ടാളമേധാവി തടവുകാരുടെ ടീമംഗങ്ങളെ ഒന്നൊന്നായി വെടി വച്ചു കൊല്ലുകയാണ്.

കളിയും ജീവിതവും തമ്മിലുള്ള അതിർവരമ്പുകളില്ലാതാകുകയും കളി കാര്യമാകുകയും ചെയ്യുന്ന ഒരു വിചിത്ര സാഹചര്യത്തിന്റെ ആവിഷ്കരണമാണ് ഈ സിനിമ. നാസിസത്തിന്റെ/ഫാസിസത്തിന്റെ ക്രൂരത ചിത്രീകരിക്കുന്ന ഈ സിനിമ ജീവിതകേളിയുടെ കാഴ്ചക്കാരായി നിൽക്കുന്ന മനുഷ്യമനസ്സിന്റെ നിഗൂഢതകളെയും വ്യാഖ്യാനിക്കാൻ ശ്രമിക്കുന്നു.

സംവിധായകൻ: ഹങ്കറിയിൽ 1917 ൽ ജനിച്ച സൊൾട്ടാൻ ഫാബ്രി മൂന്നു വർഷം യുദ്ധത്തടവുകാരനായി ജയിലിൽ കഴിഞ്ഞിട്ടുണ്ട്. നാടകസംവിധായകനും പിന്നീട് വിഖ്യാത ചലച്ചിത്രകാരനുമായി തീർന്നു. നിരവധി അംഗീകാരങ്ങളും നേടി. 1994ലാണ് നിര്യാതനായത്.

സാക്രിഫൈസ് (1986)
ആന്ദ്രേ താർക്കോവ്സ്കി

എഴുത്തുകാരനും പ്രൊഫസറും മുൻനടനുമാണ് അലക്സാണ്ടർ. അഭിനേത്രിയായ ഭാര്യ, കൗമാരക്കാരിയായ ദത്തുപുത്രി, മൂകനായ മകൻ എന്നിവരാണ് അലക്സാണ്ടറുടെ കുടുംബത്തിലെ മറ്റ് അംഗങ്ങൾ.

ഒരു കടൽതീരത്ത് സ്ഥിതി ചെയ്യുന്ന അലക്സാണ്ടറിന്റെ മനോഹരമായ ഭവനത്തിൽ അദ്ദേഹത്തിന്റെ ജന്മദിനാഘോഷം നടക്കുകയാണ്. സുഹൃത്തുക്കളെല്ലാം എത്തിയിട്ടുണ്ട്. ആഘോഷങ്ങൾക്കിടയിൽ അപ്രതീക്ഷിതമായി ഒരു വാർത്ത വരുന്നു. മൂന്നാം ലോകമഹായുദ്ധം തുടങ്ങി. ഇത് ആണവയുദ്ധമാകുകയും ലോകാവസാനത്തിനു തന്നെ കാരണമാകുകയും ചെയ്തേക്കാം.

വാർത്ത കേട്ട് അവിടെയുള്ളവരെല്ലാം ഭയചകിതരാകുന്നു. ഈ മഹാനാശം ഒഴിവാക്കുന്നതിന് എന്തു ചെയ്യാനാകും? ഈ ദുരന്തം ഒഴിവാക്കുകയാണെങ്കിൽ തനിക്കുള്ളതെല്ലാം ത്യജിക്കാൻ താൻ തയ്യാറാണെന്നു

അലക്സാണ്ടർ ദൈവത്തിനു മുമ്പിൽ ആണയിടുന്നു. തന്റെ കുടുംബം, മനോഹരമായ തന്റെ വീട്, എന്തിന് തനിക്കേറ്റവും പ്രിയപ്പെട്ട തന്റെ മകൻ... എല്ലാം ഉപേക്ഷിക്കാം. അതിനുശേഷം മറ്റൊരാളുടെ നിർദേശ പ്രകാരം ഒരു മന്ത്രവാദിനിയേയും അലക്സാണ്ടർ സമീപിക്കുന്നു. ലോകാവസാനം ഏതുവിധേനയെങ്കിലും ഒഴിവാക്കുകയാണു ലക്ഷ്യം.

ഇതിനുശേഷം കാണുന്നത് പിറ്റേന്നു രാവിലെ അയാൾ എഴുന്നേൽക്കുന്നതും എല്ലാം സാധാരണ നിലയിലാണെന്നു കാണുന്നതുമാണ്. അപ്പോൾ അതുവരെയുണ്ടായത് അലക്സാണ്ടർ കണ്ട സ്വപ്നം മാത്രമായിരുന്നോ? അത് ഒരിടത്തും വ്യക്തമാക്കപ്പെടുന്നില്ല. പക്ഷേ അതോടെ എല്ലാം ഉപേക്ഷിക്കാനുള്ള തീരുമാനം അലക്സാണ്ടറിൽ ഉറയ്ക്കുകയാണ്.

കുടുംബത്തെയും സുഹൃത്തുക്കളെയും സൂത്രത്തിൽ പുറത്തേക്കു മാറ്റിയ ശേഷം തന്റെ ഇഷ്ടപ്പെട്ട വീടിന് അയാൾ തീയിടുന്നു. വീടു കത്തുന്നതുകണ്ട് അലറി പാഞ്ഞെത്തുന്ന പ്രിയപ്പെട്ടവരോട് വീടിനു തീ വച്ചതു താൻ തന്നെയാണെന്ന് അലക്സാണ്ടർ വെളിപ്പെടുത്തുന്നു. മനസ്സിന്റെ നിയന്ത്രണം നഷ്ടമായവനെ പോലെ അലക്സാണ്ടർ അവിടെ ഓടിപ്പാഞ്ഞു നടക്കുന്നു. താമസിയാതെ ഒരു ആംബുലൻസും ആശുപത്രിപ്രവർത്തകരും രംഗത്തു പ്രത്യക്ഷപ്പെടുന്നു. അവർ അലക്സാണ്ടറിനെ നിർബന്ധിച്ചു ആംബുലൻസിൽ കയറ്റി (മാനസികരോഗികൾക്കുള്ള അഭയകേന്ദ്രത്തിലേക്കോ ആശുപത്രിയിലേക്കോ) കൊണ്ടുപോകുന്നു.

അവസാനരംഗത്തിൽ അലക്സാണ്ടറിന്റെ മകൻ, മൂകനായ ബാലൻ ഒരു വലിയ ബക്കറ്റിൽ വെള്ളമെടുത്ത് തങ്ങൾ നേരത്തെ നട്ടു പിടിപ്പിച്ച മരച്ചുവട്ടിൽ ഒഴിച്ചുകൊടുക്കുന്നതു കാണാം. ഒടുവിൽ അവൻ ആ മരത്തിന്റെ ചുവട്ടിൽ മലർന്നു കിടന്നു വിശ്രമിക്കുന്നു. അപ്പോൾ സിനിമയിൽ ആദ്യമായി അവൻ സംസാരിക്കുകയാണ്. ഇതാണ് അവൻ പറയുന്നത്: “ആദിയിൽ വചനമുണ്ടായിരുന്നു. എന്തുകൊണ്ടാണങ്ങിനെ, പപ്പാ?”

ലോകസിനിമയിലെ എക്കാലത്തേയും മാസ്റ്റർമാരിലൊരാളായ ആന്ദ്രേ താർക്കോവ്സ്കി എന്ന റഷ്യൻ ചലച്ചിത്രകാരന്റെ അവസാന സിനിമയാണിത്. ആത്മീയവും തത്ത്വചിന്താപരവുമായ ആന്വേഷണമാണ് അദ്ദേഹത്തിനു സിനിമ.

വളരെ ലളിതമായി കണ്ടു രസിക്കാവുന്ന കഥയോ രംഗങ്ങളോ അല്ല സാക്രിഫൈസിൽ ഉള്ളത്. കാഴ്ചയ്ക്കുശേഷവും കാണികളെ ഏറെക്കാലത്തേക്ക് ഇതിലെ രംഗങ്ങൾ അലട്ടിക്കൊണ്ടിരിക്കും. എന്തൊക്കെയാണ് അന്തരാർത്ഥങ്ങളെന്ന സംവാദത്തിലേക്കു പ്രേക്ഷകരെ പ്രേരിപ്പിച്ചയയ്ക്കും. അതു തന്നെയാണ് ഈ സിനിമയുടെ ഭംഗിയും. നിരവധി

വ്യാഖ്യാനങ്ങൾ സാക്രിഫൈസിന് ഉണ്ടായിട്ടുണ്ട്. കാലത്തെയും മരണത്തെയും കുറിച്ചുള്ളതാണ് ഈ സിനിമയെന്ന് ചിലർ പറയുന്നു.

ദീർഘമായ ഷോട്ടുകളും വിദൂരദൃശ്യങ്ങളുമാണ് കലാപരമായി ഈ സിനിമയുടെ ഒരു പ്രധാന സവിശേഷത. ഒമ്പതു മിനിറ്റിലധികം ദൈർഘ്യം വരുന്ന ഒറ്റ ഷോട്ടുകൾ ഈ സിനിമയിലുണ്ട്. വീട് കത്തിയെരിയുന്നതും അനുബന്ധ സംഭവങ്ങളും അടങ്ങുന്ന ഒറ്റ ഷോട്ടാണ് ഏറ്റവും പ്രസിദ്ധം. ചലച്ചിത്രവിദ്യാർത്ഥികളുടെ പാഠപുസ്തകമാണത്.

നായകൻ കണ്ട ലോകമഹായുദ്ധം ഒരു ദുഃസ്വപ്നമോ ദർശനമോ മാത്രമായിരുന്നുവെങ്കിൽ കൂടിയും ലോകത്തിനുവേണ്ടി തനിക്കുള്ളതെല്ലാം ത്യജിക്കുവാൻ നായകൻ തയ്യാറാകുന്നു. ലോകത്തിന്റെ നാശം ഒഴിവാക്കുന്നതിനു നാം സ്വയം ത്യജിക്കേണ്ടതായി വരും എന്നതാകുമോ ഇതിനർത്ഥം?

വേജസ് ഓഫ് ഫിയർ (1953)
ഹെൻറി ജോർജ് ക്ലൂസോറ്റ്

തെക്കെ അമേരിക്കയിലെ ഒരു ചെറുകിട പട്ടണത്തിൽ നിരാശരായി കഴിയുന്ന കുറേ പേർ. ഒരു അമേരിക്കൻ ഓയിൽ കമ്പനിയാണ് അവിടത്തെ പ്രധാനസ്ഥാപനം. കമ്പനിയെ ആശ്രയിച്ചും അതേസമയം അതിന്റെ ചൂഷണങ്ങൾക്കു വിധേയരായുമാണു ജനങ്ങൾ കഴിയുന്നത്.

ഒരിക്കൽ കമ്പനിയുടെ ഉടമസ്ഥതയിൽ ദൂരെയുള്ള ഒരു എണ്ണഖനിയിൽ വലിയ തീപിടിത്തമുണ്ടായി. അത് പരിഹരിക്കുന്നതിനുള്ള നൈട്രോ ഗ്ലിസറിൻ എന്ന രാസവസ്തു അവിടെ എത്തിക്കണം. ഏതു നിമിഷവും വൻസ്ഫോടനം ഉണ്ടാക്കാവുന്നതാണ് ഈ രാസവസ്തു. സുരക്ഷാ

സംവിധാനങ്ങളില്ലാത്ത ട്രക്കിൽ നിശ്ചിതസമയത്തിനുള്ളിൽ ഇതു ലക്ഷ്യത്തിലെത്തിക്കുക ആത്മഹത്യാപരമാണ്. ഇതിനായി വൻതുക പ്രതിഫലം വാഗ്ദാനം ചെയ്ത് ഡ്രൈവർമാരെ തേടുകയാണു കമ്പനി. പ്രതീക്ഷകൾക്കു വിരുദ്ധമായി അനേകമാളുകൾ ഇതിനായി മുന്നോട്ടു വരുന്നു. ജനങ്ങളുടെ ഗതികേടും എങ്ങനെയെങ്കിലും രക്ഷപ്പെടണമെന്ന തീവ്രമായ ആഗ്രഹവുമാണ് അതു കാണിക്കുന്നത്. ഒടുവിൽ നാലു പേർക്ക് നറുക്കു വീഴുന്നു. രണ്ടു ലോറികളിലായി സ്ഫോടക ശേഖരവുമായി ഇവർ യാത്ര പുറപ്പെടുന്നു. ഒരു ലോറി പൊട്ടിത്തെറിച്ചു നശിച്ചാലും എണ്ണഖനിയിൽ ഒരു ലോറിയെങ്കിലും എത്തണമെന്ന ലക്ഷ്യത്തോടെയാണ് കമ്പനി രണ്ടു ലോറികൾ അയയ്ക്കുന്നത്.

മാരിയോ, ജോ, ബിംബോ, ലുയിജി എന്നിവരാണ് രണ്ടു ലോറികളുമായി അപകടകരമായ യാത്ര നടത്തുന്നത്. തീർത്തും തകർന്ന റോഡുകളിലൂടെ ഏതു നിമിഷവും പൊട്ടിത്തെറിക്കാവുന്ന സ്ഫോടകവസ്തുക്കളുമായി മുന്നൂറു മൈൽ ലോറിയോടിച്ച് എത്രയും പെട്ടെന്ന് എണ്ണഖനിയിലെത്തണം. ഈ യാത്രയാണ് സിനിമ. ഓരോ നിമിഷവും ആകാംക്ഷ മുറ്റി നിൽക്കുന്നു. വഴിയിൽ നിരവധി പ്രതിബന്ധങ്ങളുണ്ടാകുന്നുണ്ട്. ഓരോന്നും അതിസാഹസികമായി ഇവർ മറികടക്കുന്നു.

ലുയിജിയും ബിംബോയും ഓടിച്ച ട്രക്ക് ഇടയ്ക്കു വച്ചു പൊട്ടിത്തെറിച്ചു തകർന്നു. രണ്ടു പേരും മരിച്ചു. സ്ഫോടനസ്ഥലത്ത് എത്തുന്ന ജോയുടെയും മരിയോയുടെയും ട്രക്ക്, സ്ഫോടനത്തിൽ തകർന്ന ഒരു പൈപ്പിൽ നിന്നുള്ള എണ്ണക്കുളം മറികടക്കാനാകാതെ വിഷമിക്കുകയാണ്.

ജോ പുറത്തിറങ്ങി വഴി കാണിക്കുന്നു. പക്ഷേ ഇതിനിടെ എണ്ണയിൽ വീണു പോകുന്ന ജോയുടെ ദേഹത്തുകൂടെയാണ് മാരിയോ ട്രക്ക് ഓടിച്ചു മറുകര കടത്തുന്നത്. ജോയ്ക്ക് ഗുരുതരമായി പരിക്കേൽക്കുന്നു. എങ്കിലും അവർ യാത്ര തുടരുകയാണ്.

ഒടുവിൽ ട്രക്ക് ലക്ഷ്യസ്ഥാനത്തെത്തുന്നു. പക്ഷേ ഇതിനിടെ ട്രക്കിൽ വച്ചു ജോ മരണപ്പെട്ടിരുന്നു. മാരിയോ വീരനായകനാകുന്നു. മരണപ്പെട്ട സുഹൃത്തുക്കളുടെ കൂടി പ്രതിഫലം മാരിയോക്കു ലഭിക്കുന്നു. വൻതുകയാണ് അത്. വിജയം നേടി മടങ്ങിയെത്തുന്ന മാരിയോയെ സ്വീകരിക്കാനായി അയാളുടെ പ്രേമഭാജനവും സുഹൃത്തുക്കളും ഒരുക്കുന്ന വിരുന്ന് ആരംഭിച്ചു കഴിഞ്ഞു. ക്ഷീണിതനായ മാരിയോക്ക് തിരികെ ട്രക്ക് ഓടിക്കാൻ മറ്റൊരു ഡ്രൈവറെ കൊടുക്കാമെന്നു കമ്പനി വാഗ്ദാനം ചെയ്യുന്നുണ്ട്. മാരിയോ അതു നിരസിക്കുന്നു. മടക്കയാത്രയിൽ ട്രക്കിൽ സ്ഫോടകവസ്തുക്കളില്ല. സമയപരിധിയില്ല. സുരക്ഷിതമായി പോകാം. സന്തോഷംകൊണ്ട് ഉന്മാദാവസ്ഥയിലായ മാരിയോ ആ യാത്ര ഒരു ആഘോഷമാക്കുകയാണ്. അമിതവേഗത്തിൽ, വെറുതെ വളച്ചും തിരിച്ചും പാട്ടു പാടിയും മാരിയോ ട്രക്കോടിക്കുന്നു. പർവ്വതമേഖലയിലെ ഒരു പാതയിലൂടെ അലക്ഷ്യമായി ട്രക്ക് ഓടിക്കുന്ന മാരിയോയ്ക്ക് ഒരു നിമിഷം ശ്രദ്ധ തെറ്റുന്നു. ട്രക്ക് അഗാധമായ ഒരു കൊക്കയിലേക്കു വീഴുന്നു. അയാൾ അനിവാര്യമായ മരണത്തിനു കീഴടങ്ങുന്നു.

വാസ്തവത്തിൽ മനുഷ്യരുടെ, മനുഷ്യവംശത്തിന്റെ ജീവിതയാത്ര തന്നെയാണ് ഈ ചിത്രം പ്രമേയമാക്കുന്നത്. എപ്പോൾ വേണമെങ്കിലും പൊട്ടിത്തെറിച്ചു ഭസ്മമാകാവുന്ന ഒരു യാത്ര. വിജയിച്ചുവെന്നും ലക്ഷ്യത്തിലെത്തിയെന്നും ഉള്ള മിഥ്യാബോധം. അപ്രതീക്ഷിതമായി എത്തിച്ചേരേണ്ടി വരുന്ന യഥാർത്ഥമായ ലക്ഷ്യസ്ഥാനം. ഇതെല്ലാം മറന്നുകൊണ്ട് എവിടേക്കാണു നമ്മുടെ ഈ പരക്കംപാച്ചിൽ?

ബൈസിക്കിൾ തീവ്സ് (1948)

വിറ്റോറിയ ഡി സിക്ക

ദാരിദ്ര്യം മൂലം വലയുന്ന അന്റോണിയോക്ക് ഏറെ കാലത്തെ അലച്ചിലിനു ശേഷം ഒരു ചെറിയ ജോലി കിട്ടുന്നു. സിനിമാ പോസ്റ്ററുകൾ ഒട്ടിക്കലാണു ജോലി. പക്ഷേ ജോലി വേണമെങ്കിൽ സ്വന്തമായി സൈക്കിൾ വേണം. അന്റോണിയോയുടെ സൈക്കിൾ പട്ടിണിക്കെതിരായ പടയോട്ടത്തിൽ പണയത്തിലായിരിക്കുകയാണ്. സൈക്കിൾ തിരിച്ചെടുത്ത് എങ്ങിനെയെങ്കിലും ഈ ജോലി കരസ്ഥമാക്കണം. ഭാര്യ വീട്ടിലെ ബെഡ്ഷീറ്റുകളെല്ലാം കൂടി പകരം പണയമായി കൊടുത്തു സൈക്കിൾ വീണ്ടെടുക്കുന്നു. സന്തോഷത്തോടെ ജോലിക്കു പോകുന്ന അന്റോണിയോയുടെ സൈക്കിൾ ആദ്യ ദിനത്തിൽ തന്നെ കള്ളൻ മോഷ്ടിക്കുകയാണ്.

കള്ളന്റെ പുറകെ ഓടിയെങ്കിലും പരാജിതനായ അന്റോണിയോ പൊലീസിൽ പരാതിയുമായി പോകുന്നു. അവിടെ ഇത്തരം പരാതികളുടെ ഒരു കൂമ്പാരം തന്നെയുണ്ട്. പൊലീസിന്റെ സഹായം പ്രതീക്ഷിക്കാനില്ലെന്നറിഞ്ഞു നിരാശനായ അന്റോണിയോ സൈക്കിൾ അന്വേഷിച്ചു പരക്കംപായുകയാണ്. ബാലനായ മകൻ ബ്രൂണോയും അന്വേഷണത്തിൽ അന്റോണിയോയ്ക്ക് ഒപ്പമുണ്ട്.

ഏതുവിധേനയെങ്കിലും സൈക്കിൾ വീണ്ടെടുക്കണം എന്ന ലക്ഷ്യത്തോടെ നടത്തുന്ന അന്വേഷണം അന്റോണിയോയെ പല അബദ്ധങ്ങളിലും ചാടിക്കുന്നുണ്ട്. കള്ളനെ കൈയോടെ പിടികൂടാനുള്ള അവസാനശ്രമവും പരാജയപ്പെട്ടു അയാൾ നിരാശനാകുന്നു. ഒടുവിൽ ഒരു ഫുട്ബോൾ സ്റ്റേഡിയത്തിനു പുറത്ത് അയാൾ കടുത്ത ദുഃഖത്തോടെ ഇരിക്കുമ്പോൾ അവിടെ പാർക്ക് ചെയ്തിരിക്കുന്ന അനേകം സൈക്കിളുകളിലേക്കു ശ്രദ്ധ തിരിയുന്നു. ഒരു ദുർബലനിമിഷത്തിൽ അതിൽ നിന്നൊരെണ്ണം മോഷ്ടിക്കാൻ അന്റോണിയോ തയ്യാറാകുകയാണ്. പക്ഷേ അതു കൈയോടെ പിടിക്കപ്പെടുന്നു. രോഷാകുലരായ ആൾക്കൂട്ടം അന്റോണിയോയെ തല്ലുകയും അട്ടഹസിക്കുകയും ചെയ്യുന്നു. സൈക്കിളിന്റെ ഉടമയ്ക്ക് ഇതിനിടെ ബാലനായ ബ്രൂണോയുടെ അവസ്ഥയോടു സഹതാപം തോന്നുന്നു. അതിനാൽ അയാൾ പരാതി കൊടുക്കാൻ മെനക്കെടാതെ അവരെ പറഞ്ഞയയ്ക്കുന്നു. കുനിഞ്ഞ ശിരസ്സുമായി അന്റോണിയോയും മകനും നടന്നുനീങ്ങുന്നു. പിതാവിന്റെ അവസ്ഥ മനസ്സിലാക്കുന്ന ബ്രൂണോ അയാളെ ആശ്വസിപ്പിക്കുന്നതിനു കൈയിൽ മുറുകെ പിടിച്ചിട്ടുണ്ട്.

വിഖ്യാത ഇറ്റാലിയൻ ചലച്ചിത്രകാരൻ വിറ്റോറിയോ ഡി സിക്കയുടെ 1948ൽ ഇറങ്ങിയ ബൈസിക്കിൾ തീവ്സ് എന്ന സിനിമയുടെ കഥാസംഗ്രഹമാണിത്. ലോകമഹായുദ്ധങ്ങൾ തീർത്ത ദാരിദ്ര്യമാണു സിനിമയുടെ സ്ഥല/കാല പശ്ചാത്തലം. എന്നാൽ കാലാതിവർത്തിയായ ചില വിഷയങ്ങളും സിനിമ ചർച്ച ചെയ്യുന്നു.

പിതാവു സഹിക്കുന്ന അപമാനങ്ങൾക്കും കുടുംബം പോറ്റാനുള്ള അയാളുടെ കഴിവുകേടിനും സാക്ഷിയായി സ്വന്തം മകൻ ചിത്രത്തിലുടനീളം അന്റോണിയോയ്ക്ക് ഒപ്പമുണ്ട്. പഴയ ഒരു സൈക്കിളിനുവേണ്ടിയുള്ള ഭ്രാന്തമായ അന്വേഷണത്തിനിടെ അന്റോണിയോ മറന്നുപോകുന്ന ഒരു സത്യമുണ്ട്: മകനാണ് തന്റെ യഥാർത്ഥമായ സമ്പത്ത്. താൻ നഷ്ടപ്പെടുത്താൻ പാടില്ലാത്ത തന്റെ ഭാവി. വൈക്കോൽ കൂനയിൽ സൂചി തിരയുന്ന പോലെയാണു മഹാനഗരമായ റോമിൽ ഒരു സൈക്കിളും തേടിയുള്ള അന്റോണിയോയുടെ നെട്ടോട്ടം. മകനെയും കുടുംബത്തെയു പോറ്റാൻ വേണ്ടിയാണെങ്കിലും പലപ്പോഴും മകനെ പോലും മറന്നുകൊണ്ടും അവഗണിച്ചുകൊണ്ടുമാണ് സൈക്കിളിനുവേണ്ടിയുള്ള ഈ

അന്വേഷണങ്ങൾ. കൊച്ചുബ്രൂണോയെ കൈവിട്ടുപോകുമെന്ന ചില ഘട്ടങ്ങളും ഇതിനിടെ ഉണ്ടാകുന്നുണ്ട്. ഒടുവിൽ അന്റോണിയോയ്ക്കു രക്ഷയാകുന്നതും മകൻ തന്നെ. ഒറ്റനോട്ടത്തിൽ മഹായുദ്ധാനന്തര ദാരിദ്ര്യത്തെ ചിത്രീകരിക്കുന്നുവെന്നു പറയുമ്പോൾതന്നെ, ബ്രൂണോയെ നഷ്ടമാകാതിരിക്കുന്നതും ഒടുവിലവൻ പിതാവിന്റെ രക്ഷകനാകുന്നതും തന്നെയാണ് ഈ സിനിമയുടെ നിഗൂഢമായ സൗന്ദര്യം. അതു "ബൈസിക്കിൾ തീവ്സിനെ" സ്ഥലകാലാതീതമായ ക്ലാസ്സിക്ക് ആക്കുകയും ചെയ്യുന്നു.

ഏൻ ഒക്കുറൻസ് അറ്റ് ദി ഓൾ ക്രീക്ക് ബ്രിഡ്ജ് (1962)

റോബെർട്ടോ എൻറിക്കോ

ഒരു ആഭ്യന്തരയുദ്ധത്തിനിടെ പെയ്റ്റൺ ഫാർഹർ സൈന്യത്തിന്റെ പിടിയിലാകുന്നു. ചാരപ്പണി ചെയ്തുവെന്നതാണു സാധാരണ പൗരനായ അയാളുടെ പേരിൽ ആരോപിക്കപ്പെട്ട കുറ്റം. സൈന്യം അയാളെ തൂക്കിക്കൊല്ലുവാൻ തീരുമാനിച്ചു. കൊടുംവനത്തിനുള്ളിൽ ഓൾ നദിയുടെ കുറുകെയുള്ള തടി കൊണ്ടുള്ള ഒരു പഴയ തീവണ്ടിപ്പാലമാണ് വധശിക്ഷ നടപ്പാക്കാൻ തീരുമാനിച്ച ഇടം. പാലത്തിലെ ഒരു പലകയുടെ അറ്റത്ത് കഴുത്തിൽ കുരുക്കിട്ടു മുറുക്കി അയാളെ നിറുത്തുന്നു. കൈകാലുകളും ശരീരത്തോടു ചേർത്തു ബന്ധിച്ചു. പലകയുടെ എതിരറ്റത്തു കാലമർത്തി നിൽക്കുന്ന സൈന്യാധിപൻ കാലൊന്നുയർത്തിയാൽ പലക വീഴുകയും ഫാർഹർ തൂങ്ങി മരിക്കുകയും ചെയ്യും.

ആ നിമിഷമെത്തി. പലക മാറി. കുരുക്കിട്ട കയറിൽ ഫാർഹർ താഴോട്ടു പതിച്ചു. പൊടുന്നനെ കയർ പൊട്ടി. അയാൾ പുഴയിലേക്കു

വീണു. ബന്ധനങ്ങൾ അഴിച്ച് അയാൾ സ്വതന്ത്രനാകുന്നു. അപ്രതീക്ഷിതമായി വീണു കിട്ടിയ ജീവനിൽ അയാൾ വല്ലാതെ ആഹ്ലാദവാനാകുന്നു. ചെടികൾ, പൂക്കൾ, പുഴുക്കൾ... എല്ലാത്തിനെയും അയാൾ പുതിയൊരു ഭാവത്തിൽ വീക്ഷിക്കുകയാണ്. പെട്ടെന്നു വെടിയൊച്ച മുഴങ്ങി. രക്ഷപ്പെട്ട അയാളെ സൈനികർ വെടിവച്ചു കൊല്ലാൻ ശ്രമിക്കുകയാണ്. ജീവൻ കൈയിലെടുത്ത് അയാൾ വേഗത്തിൽ നീന്തി. മുങ്ങാംകുഴിയിട്ടു. അപകടകരമായ ഒഴുക്കും ചുഴികളും മലരികളും പാറക്കെട്ടുകളും ഉള്ള പുഴയിലൂടെ അയാൾ സാഹസികമായി നീന്തുകയാണ്. ഒടുവിൽ ഒരിടത്ത് അയാൾ കരയ്ക്കണഞ്ഞു. അവിടെയും പ്രകൃതിയെ പുതിയൊരു വെളിച്ചത്തിൽ കാണുന്ന അയാൾ ഒരു നിമിഷം അതിൽ ലയിച്ചു പോകുന്നു. മുൻകാലജീവിതത്തിൽ കണ്ടിട്ടും കാണാതെ പോയ കാഴ്ചകൾ, കേട്ടിട്ടും കേൾക്കാതെ പോയ ശബ്ദങ്ങൾ... അയാൾ വിസ്മയഭരിതനാകുന്നു.

പിന്നെ വീണ്ടും വെടിയൊച്ച. സൈനികർ പിന്നാലെ വരുന്നുണ്ടാകുമെന്നു കരുതുന്ന അയാൾ എഴുന്നേറ്റ് ഓടുന്നു. ക്ഷീണിതനാണ് അയാൾ. ഇടയ്ക്കു വീഴുന്നുണ്ട്. എങ്കിലും മുഴുവൻ ഊർജവും സംഭരിച്ച് കുതിച്ചു പായുന്നു. വീടാണു ലക്ഷ്യം. ഒടുവിൽ അയാൾ വീടിനെ സമീപിക്കുകയാണ്. സന്തോഷം അയാളിൽ നുരയിട്ടുയരുന്നു. ദൂരെ പൂമുഖത്ത് അയാളുടെ പ്രിയപ്പെട്ട ഭാര്യ പ്രത്യക്ഷയാകുന്നു. അവളും അയാളെ കണ്ടു. ഭാര്യയെ ആശ്ലേഷിക്കാൻ കൈകൾ നീട്ടി അയാൾ ഓടിയടുക്കുന്നു. ഭാര്യയും അയാൾക്കടുത്തേക്കു നീങ്ങുന്നു. കൈകൾ പരസ്പരം ചുമലുകളിൽ വച്ചു. കെട്ടിപ്പിടിക്കാൻ ഒരു നിമിഷം ശേഷിക്കെ പെട്ടെന്നു രംഗം മാറി. പാലത്തിലെ തൂക്കുമരത്തിൽ നിന്ന് ഫാർഹർ താഴേക്കു പതിക്കുന്നു. പിടഞ്ഞുമരിക്കുന്നു. കണ്ടത് സ്വപ്നമായിരുന്നു. സ്വപ്നം, അഥവാ, മരണവേളയിലെ ഒരു ഭ്രമകല്പന.

റോബർട്ടോ എന്റിക്കോയുടെ ഒരു ഫ്രഞ്ച് ഹ്രസ്വ സിനിമയുടെ പ്രമേയമാണിത്. 1891 ൽ അംബ്രോസ് പിയേഴ്സ് എന്ന അമേരിക്കൻ ചെറുകഥാകൃത്ത് പ്രസിദ്ധീകരിച്ച ഇതേ പേരിലുള്ള ഒരു ചെറുകഥയുടെ ചലച്ചിത്രാവിഷ്കാരം.

മരണം, കാലം, സ്വപ്നം, യാഥാർത്ഥ്യം, തുടങ്ങി ഒട്ടേറെ വിഷയങ്ങൾ ഈ ചെറുകഥയും സിനിമയും ചർച്ച ചെയ്യുന്നുണ്ട്. സിനിമയിൽ ഏറിയ പങ്കും കാണിക്കുന്നത് നായകന്റെ വീട്ടിലേക്കുള്ള പ്രയാണമാണ്. എന്നാൽ അതാകട്ടെ മരിക്കുന്നതിനു മുമ്പുള്ള ഒരു നിമിഷാർദ്ധത്തിൽ അയാൾക്കുണ്ടാകുന്ന ഒരു മതിഭ്രമം മാത്രവും. ആ ഒരു നിമിഷാർദ്ധത്തിൽ ഇത്രയധികം ദൈർഘ്യമുള്ള സ്വപ്നം കാണാനാകുമോ എന്നു സംശയിക്കാം. അതു കാലഗണനയെ കുറിച്ചുള്ള ചോദ്യങ്ങൾ ഉയർത്തുന്നു. എന്താണു കാലം?

മരണത്തിൽ നിന്നു രക്ഷ നേടാനുള്ള തീവ്രമായ ആഗ്രഹമാകാം ഫാർഹറിന്റെ സ്വപ്നദർശനത്തിനു കാരണം. എന്നാൽ ആഗ്രഹങ്ങൾ കൊണ്ട് ജീവിതയാഥാർത്ഥ്യങ്ങൾക്കു മാറ്റം വരുത്താനാകില്ലെന്ന നിത്യ സത്യം സിനിമ പഠിപ്പിക്കുന്നു. മരണം മുന്നിലെത്തുമ്പോൾ ജീവിത ത്തോടുള്ള ആർത്തി മനുഷ്യർക്കു വർദ്ധിക്കുന്നു. മരണത്തെ മുമ്പിൽ കണ്ട ശേഷം ജീവിതത്തിൽ നമുക്കു ലഭിക്കുന്ന നിമിഷങ്ങൾ കൂടുതൽ മനോഹരങ്ങളാണ്. മരണത്തെ നാം മുമ്പിൽ കാണുന്നത് എപ്പോഴാണ്? മരണകരമായ ഒരു സംഭവം ഉണ്ടാകുമ്പോൾ മാത്രമോ? വാസ്തവത്തിൽ എപ്പോഴും മരണത്തെ മുമ്പിൽ കണ്ടു ജീവിക്കേണ്ടവരാണു നാം. കാരണം, ജനിച്ച ശേഷം നമ്മുടെ ജീവിതത്തിൽ സംഭവിക്കുമെന്ന് നമു ക്കുറപ്പുള്ള ഒരേയൊരു കാര്യമാണു മരണം. ഈ മരണചിന്തയു ണ്ടെങ്കിൽ ജീവിതം ദുഃഖകരമാകുകയല്ല മറിച്ച് ജീവിക്കുന്ന ഓരോ നിമിഷവും കൂടുതൽ മനോഹരമാകുകയാണു ചെയ്യുക.

സിറ്റിസൺ കെയിൻ (1941)

ഓർസൺ വെൽസ്

ചാൾസ് ഫോസ്റ്റർ കെയിൻ എന്ന കോടീശ്വരനായ മാധ്യമമുതലാളി യുടെ കഥയാണ് ഈ സിനിമ പറയുന്നത്. മരണവേളയിൽ കെയിൻ 'റോസ്ബഡ്' എന്ന ഒരു വാക്കുച്ചരിക്കുന്നുണ്ട്. ആ വാക്കിന്റെയും കെയിന്റെ യഥാർത്ഥജീവിതത്തിന്റെയും രഹസ്യം തേടി ഒരു റിപ്പോർട്ടർ നടത്തുന്ന അന്വേഷണമാണ് ഈ സിനിമ. കെയിനിന്റെ ഔദ്യോ ഗികജീവിതത്തിന്റെ ഒരു ചിത്രീകരണം കണ്ടശേഷം അതിന്റെ സംവി ധായകൻ തന്നെ സഹപ്രവർത്തകരോടു ചോദിക്കുകയാണ്: "യഥാർത്ഥ ത്തിൽ ആരായിരുന്നു കെയിൻ?"

കെയിനുമായി ബന്ധപ്പെട്ട നിരവധി പേരെ കാണുകയും അവർ പറയുന്ന ഓർമ്മകളിലൂടെ കെയിനിന്റെ ഭൂതകാലജീവിതം ഇതൾ വിരിയുകയുമാണ്. നിരവധി ഫ്ളാഷ്ബക്കുകളിലൂടെ കഥ മുന്നോട്ടു പോകുന്നു.

കുട്ടിക്കാലത്ത് നിർധനനായിരുന്നു കെയിൻ. എന്നാൽ സന്തുഷ്ടമായിരുന്നു അമ്മയോടൊപ്പം ചിലവഴിച്ച ആ ബാല്യകാലം. അത് ആസ്വദിച്ചു മതിവരുന്നതിനുമുമ്പു തന്നെ അമ്മയിൽ നിന്ന് അയാൾ ഒഴിവാക്കപ്പെടുന്നു. കൂടുതൽ പഠിക്കുന്നതിനും സാമ്പത്തികാഭിവൃദ്ധി നേടുന്നതിനുമാണ് കെയിൻ പറിച്ചുനടപ്പെടുന്നത്. സാവധാനത്തിൽ ഭൗതിക ജീവിതത്തിൽ അയാൾ വിജയിയാകുന്നു. ഒരു പത്രസ്ഥാപനം ഏറ്റെടുക്കുന്ന അയാൾ മഞ്ഞപത്രപ്രവർത്തനം ഉപയോഗിച്ചുകൊണ്ട് സാമ്പത്തികമായി വളരുന്നു. മാധ്യമരംഗത്തെ സ്വാധീനം ഉപയോഗിച്ച് അധികാരം കൈയടക്കാൻ ശ്രമിക്കുന്നു. ഇതു മുൻനിറുത്തിയുള്ളതാണ് അയാളുടെ ആദ്യത്തെ വിവാഹം. അതു പിന്നീടു പരാജയപ്പെടുന്നു. പക്ഷേ കെയിന്റെ ആത്യന്തികലക്ഷ്യം അധികാരവും പണവും പ്രസിദ്ധിയും നേടുക എന്നതു മാത്രമായിരുന്നു. അതിനായി സ്നേഹബന്ധങ്ങളും മൂല്യങ്ങളും അയാൾ യഥേഷ്ടം ബലി കഴിക്കുകയും ഉപയോഗപ്പെടുത്തുകയും ഒക്കെ ചെയ്യുന്നു. പിന്നീടു രണ്ടാമത്തെ ഭാര്യ അയാളെ ഉപേക്ഷിച്ചുപോകുന്നു.

അന്ത്യകാലത്ത് സാനഡു എന്നു പേരുള്ള വലിയ ബംഗ്ലാവിൽ ഒറ്റയ്ക്കാണയാൾ. പണംകൊണ്ടു നേടാനാകുന്നതെല്ലാം അയാൾക്കവിടെയുണ്ട്. സുഖസൗകര്യങ്ങൾ, പരിചാരകർ എന്നിങ്ങനെ. പക്ഷേ ഉള്ളിന്റെയുള്ളിൽ സന്തുഷ്ടനല്ല അയാൾ. സാമ്പത്തികസുരക്ഷയുടെ നടുവിൽ വൈകാരികമായി അരക്ഷിതൻ.

കെയിനുമായി ബന്ധപ്പെട്ട അനേകരെ കണ്ടു സംസാരിക്കുകയും അവരെല്ലാം ഓർമ്മകൾ പങ്കു വയ്ക്കുകയും ചെയ്തുകഴിയുമ്പോൾ അന്വേഷകന് കെയിന്റെ ജീവിതത്തെ കുറിച്ച് കുറേയേറെ കാര്യങ്ങൾ മനസ്സിലാകുന്നുണ്ട്. എന്നാൽ പൂർണമായി മനസ്സിലാകുന്നുമില്ല. വാസ്തവത്തിൽ ഒരാളുടെ ജീവിതം മറ്റാർക്കും സത്യസന്ധമായി വിവരിക്കാനും വ്യാഖ്യാനിക്കാനും കഴിയില്ലെന്ന സത്യമാണ് ഈ അന്വേഷണം പ്രാഥമികമായി വെളിപ്പെടുത്തുന്നത്.

റോസ്ബഡ് എന്ന വാക്ക് എക്കാലത്തേക്കും ഒരു രഹസ്യമായി തന്നെ നിലനിൽക്കുമെന്ന് അന്വേഷകൻ വിധിയെഴുതുന്നു. പക്ഷേ സിനിമ തീരുന്നതിനുമുമ്പ് പ്രേക്ഷകർ കാണുന്ന ഒരു ദൃശ്യമുണ്ട്. റോസ്ബഡ് എന്നെഴുതിയ ഒരു കളിവണ്ടിയാണത്. കുട്ടിക്കാലത്ത് അമ്മ കെയിനു സമ്മാനിച്ചത്. കെയിൻ ഇക്കാലമത്രയും അതു സൂക്ഷിച്ചു വച്ചിരുന്നു എന്നത് പ്രേക്ഷകർ നൊമ്പരത്തോടെ മനസ്സിലാക്കുന്നു. സാനഡുവിലെ ഉപയോഗശൂന്യമായ വസ്തുക്കളുടെ കൂട്ടത്തിൽ അത് അഗ്നിക്കിരയാക്കുകയാണ് പരിചാരകർ.

കെയിന് അയാളുടെ കുട്ടിക്കാലം എത്രയോ പ്രിയപ്പെട്ടതായിരുന്നു. വാസ്തവത്തിൽ അയാൾ സന്തോഷിച്ച ഒരേയൊരു കാലം. പിന്നീടെല്ലാം

ജീവിതത്തിൽ അയാൾ ഒറ്റയ്ക്കായിരുന്നു. ക്യാമറയുടെ സവിശേഷമായ ഉപയോഗത്തിലൂടെ കെയിനിന്റെ ഏകാന്തത സംവിധായകൻ വെൽസ് പലതവണ ധ്വനിപ്പിക്കുന്നുണ്ട്.

ജീവിതത്തിൽ പലപ്പോഴായി പലരും നമ്മുടെ കൂടെ കൂടുകയും പിരിയുകയും ചെയ്യുന്നു. പക്ഷേ ആത്യന്തികമായി നാമെല്ലാം ഒറ്റയ്ക്കു തന്നെ. സ്നേഹിക്കാനും സ്നേഹിക്കപ്പെടാനും കഴിയുന്നില്ലെങ്കിൽ ഭൗതികമായി നാം കൈവരിക്കുന്ന നേട്ടങ്ങളും അവയ്ക്കായുള്ള നെട്ടോട്ടങ്ങളും തികച്ചും അർത്ഥശൂന്യമാണെന്നും സിനിമ പറഞ്ഞു തരുന്നു.

മോഡേൺ ടൈംസ് (1936)
ചാർലി ചാപ്ലിൻ

നല്ല കലാകാരന്മാരും എഴുത്തുകാരും എപ്പോഴും പ്രവാചകന്മാരെ പോലെയാണ്. അവരുടെ സൃഷ്ടികൾ അവരുടെ കാലത്തെ മാത്രമല്ല വരുംകാലത്തെയും വ്യാഖ്യാനിച്ചുകൊണ്ട് കാലാതിവർത്തിയായി നിലനിൽക്കും. ഇതിനുദാഹരണമാണ് ചാർലി ചാപ്ലിന്റെ മോഡേൺ ടൈംസ് എന്ന സിനിമ. ഇന്ന് ഈ സിനിമ കാണുമ്പോൾ ഇന്നത്തെ പ്രശ്നങ്ങളെ കുറിച്ചാണല്ലോ ചാപ്ലിൻ ചർച്ച ചെയ്യുന്നതെന്നു കാണികൾക്കു തോന്നിപ്പോകും. എഴുപതു വർഷങ്ങൾ കഴിഞ്ഞിട്ടും ചാപ്ലിന്റെ മോഡേൺ ടൈംസ്, മോഡേണായി തന്നെ നിൽക്കുന്നു.

നിശ്ശബ്ദ കോമഡികളിലൂടെ ചലച്ചിത്രരംഗത്തെ ഇതിഹാസമായി മാറിയ ചാപ്ലിൻ ശബ്ദചിത്രങ്ങളുടെ സാങ്കേതികവിദ്യ ലഭ്യമായി കഴിഞ്ഞിട്ടും സംഭാഷണങ്ങളില്ലാതെ തയ്യാറാക്കിയ ചലച്ചിത്ര ക്ലാസിക് ആണ് ഇത്.

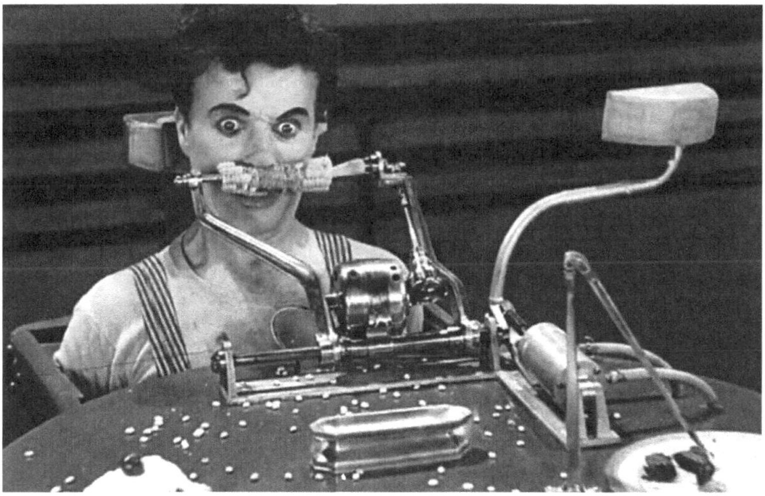

അതിമാത്രം വ്യവസായവത്കരിക്കപ്പെട്ട ആധുനികലോകത്തെയും യന്ത്രവത്കരണത്തിന്റെ ഏറെ ശ്ലാഘിക്കപ്പെട്ട കാര്യക്ഷമതയേയും പരിഹസിക്കുകയാണ് ഈ ചിത്രം. മുതലാളിത്തത്തിന്റെ മനുഷ്യവിരുദ്ധതയുടെ ക്രൂരമായ മുഖം ചിരിയുടെ മൂടുപടമിട്ട് ചാപ്ലിൻ ഹൃദയസ്പർശിയായി കാണിച്ചു തരുന്നു.

ഒരു പടുകൂറ്റൻ വ്യവസായശാലയുടെ അസംബ്ലിലൈനിൽ ജോലി ചെയ്യുകയാണു ചാപ്ലിൻ. കൺവെയർ ബെൽറ്റിലൂടെ വരുന്ന യന്ത്രഭാഗങ്ങളുടെ ഒരു ബോൾട്ട് മുറുക്കുകയാണു ജോലി. ഇതു മാത്രം ആവർത്തിച്ചു ചെയ്ത് ചാപ്ലിൻ മറ്റു സമയങ്ങളിലും അറിയാതെ ബോൾട്ട് മുറുക്കുന്ന ആംഗ്യം കാണിക്കുന്നുണ്ട്. ചിരിപ്പിക്കാനാണെന്നു തോന്നാമെങ്കിലും യന്ത്രങ്ങൾ മനുഷ്യരുടെ സർഗ്ഗാത്മകതയെ എപ്രകാരമാണു കൈകാര്യം ചെയ്യുന്നത എന്നതിലേക്കു വെളിച്ചം വീശുകയാണ് [illegible] സ്വീക്വൻസുകൾ. തൊഴിൽശാലയിൽ ഉടനീളം ക്യാമറകൾ ഘടിപ്പിച്ചിട്ടുണ്ട്. മൂത്രപ്പുരകൾ പോലും ഈ നിരീക്ഷണവലയത്തിൽ നിന്നു പുറത്തല്ല. തൊഴിലാളികളുടെ മനുഷ്യത്വത്തെയും വ്യക്തിത്വത്തെയും ഉടമകൾ തെല്ലും വകവയ്ക്കുന്നില്ലെന്നു കാണിക്കുന്നു ഈ രംഗങ്ങൾ. മുതലാളിക്കു വേണ്ടത് മൃഗങ്ങളെ പോലെ ആട്ടിത്തെളിച്ചു കൊണ്ടുപോകാവുന്ന അടിമകളെയും സ്വിച്ചിട്ടാലെന്ന പോലെ പ്രവർത്തിക്കുന്ന യന്ത്രമനുഷ്യരെയുമാണ്.

ഫാക്ടറിയിൽ തൊഴിലാളികൾക്കു ഭക്ഷണം നൽകുന്നതും യന്ത്രസഹായത്തോടെയാണ്. സൂപ്പു മുതൽ തുടയ്ക്കാനുള്ള സ്പോഞ്ചു വരെ

കൃത്യമായി വരുന്നു. സമയം കടുകിട തെറ്റിയാൽ ആകെ കുഴപ്പമാകും. ഭക്ഷണവിതരണയന്ത്രത്തിനു തകരാറുണ്ടാകുന്നതും അതുണ്ടാക്കുന്ന ദയനീയതയും ചിത്രീകരിക്കുന്നുണ്ട്.

ഫാക്ടറിയിൽ അപകടമുണ്ടാക്കി ആശുപത്രിയിലേക്കു പോകുന്ന ചാപ്ലിനു തിരികെ വരുമ്പോൾ ജോലി നഷ്ടപ്പെടുന്നു. ഒരു കമ്മ്യൂണിസ്റ്റ് ജാഥയിൽ അറിയാതെ പങ്കെടുത്തതിന് അയാൾ ജയിലിൽ അടയ്ക്കപ്പെടുന്നു. ജയിലിൽ നിന്നു പുറത്തു വരുമ്പോഴാണ് കാമുകിയായ ഗാമിനെ കണ്ടുമുട്ടുന്നത്. ബ്രഡ് മോഷ്ടിച്ചതിനു പൊലീസ് ഓടിക്കുകയായിരുന്നു അവളെ. മോഷ്ടാവ് താനാണെന്നു കള്ളം പറഞ്ഞ് പൊലീസ് പിടിയിലാകാൻ ചാപ്ലിൻ ശ്രമിച്ചെങ്കിലും സാക്ഷിമൊഴിയുടെ അടിസ്ഥാനത്തിൽ അതു നടക്കുന്നില്ല. എങ്ങനെയെങ്കിലും അറസ്റ്റിലായി വീണ്ടും ജയിലിൽ അടയ്ക്കപ്പെടാൻ ചാപ്ലിൻ ശ്രമിക്കുന്നുണ്ടെങ്കിലും നടക്കുന്നില്ല.

കുഴപ്പങ്ങൾക്കിടെ മറ്റൊരു ജോലിയിൽ കയറി ആശ്വസിക്കുമ്പോഴേക്കും അവിടെ സമരം നടക്കുകയാണ്. അതിന്റെ ഭാഗമായി ആഗ്രഹിക്കാത്ത സമയത്തു വീണ്ടും ജയിലിലേക്ക്. ജയിലിൽനിന്നു പുറത്തു വരുന്ന ചാപ്ലിൻ വീണ്ടും കാമുകിയുമൊത്ത് ഒരു നല്ല ജീവിതത്തിനുള്ള വിഫലശ്രമങ്ങൾ തുടരുകയാണ്.

കാമുകി നർത്തകിയായി ജോലി ചെയ്യുന്ന ഭക്ഷണശാലയിൽ പാട്ടുകാരനായി അയാൾ ജോലി നേടുന്നു. പാടാനുള്ള പാട്ടെഴുതിയ കടലാസ് തിരക്കുകൾക്കിടയിൽ കൈമോശം വരുന്ന ചാപ്ലിൻ ഗതികേടു കൊണ്ട് തന്റെ ഭാവനാസൃഷ്ടമായ ഒരു അവതരണം നടത്തുന്നു. അതുവൻ വിജയമാകുന്നു. അപ്പോഴേക്കും കാമുകിയെ പണ്ട് ജയിൽ ശിക്ഷ പൂർത്തിയാക്കാതിരുന്ന കുറ്റത്തിന് അറസ്റ്റ് ചെയ്യാൻ പൊലീസ് എത്തുന്നു. ഇരുവരും വീണ്ടും അവിടെ നിന്നു രക്ഷപ്പെടുന്നു.

സിനിമയുടെ ക്ലൈമാക്സ് മറ്റു ചാപ്ലിൻ സിനിമകളുടേതു പോലെ ശുഭപര്യവസായിയായിട്ടു തോന്നാം. ഒരു പ്രഭാതത്തിൽ കാമുകിയുടെ കൈയും പിടിച്ച് ചാപ്ലിൻ നടന്നു പോകുകയാണ്. അനിശ്ചിതമെങ്കിലും പ്രത്യാശാഭരിതമാണ് ഭാവിയെന്ന സന്ദേശം കൈമാറാതെ സിനിമ അവസാനിപ്പിക്കാൻ ചാപ്ലിനു കഴിയുന്നില്ല.

സെവൻത്ത് സീൽ (1957)

ഇൻഗ്മെർ ബെർഗ്മാൻ

കുരിശുയുദ്ധത്തിനുശേഷം സ്വദേശത്തിലേക്കു മടങ്ങുകയാണ് അൻറോണിയസ് ബ്ലോക് എന്ന പ്രഭു. കൂടെ അയാളുടെ സഹായിയും ഉണ്ട്. നാട്ടിൽ പ്ലേഗ് പടർന്നുപിടിക്കുന്ന വിവരം അവരറിയുന്നു. മടക്കയാത്രയ്ക്കിടെ മരണത്തെ ബ്ലോക് മുഖാമുഖം കാണുന്നു. ഇവിടെ മരണമെന്നാൽ ഒരു കഥാപാത്രമാണ്. ബ്ലോക്കിനൊഴികെ മറ്റാർക്കും അയാളെ കാണാൻ സാധിക്കില്ല. മരണം ബ്ലോക്കിനെ കൂട്ടിക്കൊണ്ടുപോകാൻ വന്നതാണ്.

ഒറ്റയ്ക്കു ചെസ് കളിക്കുക ശീലമാക്കിയ ബ്ലോക്ക് മരണത്തെ ചെസ് കളിക്കാൻ ക്ഷണിക്കുന്നു. മരണം കഴിയുന്നത്ര നീട്ടിവയ്ക്കുകയാണ് അയാളുടെ ലക്ഷ്യം. മരണവും ബ്ലോക്കും തമ്മിലുള്ള ചെസ് കളി ഇടവിട്ട് അരങ്ങേറുന്നു.

ഇടയ്ക്ക് ഒരു പള്ളിയിൽ കയറുമ്പോൾ ബ്ലോക്ക് കുമ്പസാരക്കൂട്ടിലേക്കു നീങ്ങുന്നു. പുരോഹിതനോടു ബ്ലോക് തന്റെ ജീവിതത്തിന്റെ ഏറ്റുപറച്ചിൽ നടത്തുന്നു. തന്റെ ഇതുവരെയുള്ള ജീവിതം ഫലശൂന്യവും അർത്ഥരഹിതവുമായിരുന്നുവെന്നു ബ്ലോക്ക് സമ്മതിക്കുന്നു. അർത്ഥപൂർണമായ ഒരു പ്രവൃത്തി ചെയ്യാൻ താൻ ആഗ്രഹിക്കുന്നുവെന്നും അയാൾ പറയുന്നു. മരണം തന്നെ കൂട്ടിക്കൊണ്ടുപോകാൻ എത്തിയിട്ടുണ്ടെന്നും എന്നാൽ ചെസ് കളിച്ചു മരണത്തെ നീട്ടിക്കൊണ്ടുപോകുക എന്ന തന്ത്രം സ്വീകരിച്ചു മുന്നോട്ടു പോയിക്കൊണ്ടിരിക്കുകയാണ് താനെന്നും ബ്ലോക്ക് വെളിപ്പെടുത്തുന്നു. എന്നാൽ മരണം തന്നെയാണു പുരോഹിതന്റെ വേഷമണിഞ്ഞു കുമ്പസാരക്കൂട്ടിൽ ഇരിപ്പുറപ്പിച്ചിരുന്നത്. ബ്ലോക്ക് അത് അവസാനം തിരിച്ചറിയുന്നു.

വിജനമായ ഒരു ഗ്രാമത്തിൽ വെള്ളം തേടിപ്പോയ ബ്ലോക്കിന്റെ സഹായി ജോൺസ് അവിടെ ഒരു വേലക്കാരി പെൺകുട്ടിയെ ഒരു അക്രമിയുടെ ബലാൽക്കാരശ്രമത്തിൽനിന്നു രക്ഷിക്കുന്നു. പത്തു വർഷം മുമ്പു തന്നെ കുരിശുയുദ്ധത്തിനു പ്രേരിപ്പിച്ചയച്ച ഒരു ദൈവശാസ്ത്രജ്ഞനായിരുന്നു അക്രമിയെന്നു ജോൺസ് തിരിച്ചറിയുന്നു. വീണ്ടും കണ്ടുമുട്ടാനിടകിട്ടിയാൽ അയാളോടു പ്രതികാരം ചെയ്യുമെന്ന് ജോൺസ് ഉറപ്പിക്കുന്നു. ഇതേ തുടർന്ന് ആ പെൺകുട്ടിയും ഇവരുടെ സംഘത്തോടു ചേരുന്നു. ഒരു ഭക്ഷണശാലയിൽ വച്ച് ഇയാളെ കാണുകയും ജോൺസ് തന്റെ പ്രതിജ്ഞ നിറവേറ്റുകയും ചെയ്യുന്നു. ഇടയ്ക്ക് ഒരു നാടകസംഘത്തെ ഇവർ കണ്ടുമുട്ടുകയും പ്ലേഗിൽ നിന്നു രക്ഷ കിട്ടാൻ സഹായകരമാകുമെന്നു പറഞ്ഞ്, ബ്ലോക്ക് അവരെ തന്റെ കൊട്ടാരത്തിലേക്കു കൂട്ടിക്കൊണ്ടുപോകുകയും ചെയ്യുന്നു.

പിന്നീട് പ്ലേഗ് ബാധിച്ചു മരണാസന്നനായ ഈ അക്രമിയെ വീണ്ടും ഇവർ കാണുകയും ഇയാളുടെ അക്രമത്തിനിരയായ പെൺകുട്ടി ഇയാൾക്കു വെള്ളം കൊടുക്കാൻ തയ്യാറാകുകയും ചെയ്യുന്നു. എന്നാൽ ജോൺസ് അത് തടയുന്നു.

ഇതിനിടെ ബ്ലോക്കും മരണവുമായുള്ള ചെസ് കളി നടക്കുകയാണെന്നു മനസ്സിലാക്കുന്ന നാടകകുടുംബം ബ്ലോക്കിന്റെ കൊട്ടാരത്തിൽ നിന്നു രക്ഷപ്പെട്ടു പോകുന്നു. ആർക്കും തന്നിൽ നിന്നു രക്ഷപ്പെടാനാവില്ലെന്നു മരണം പ്രസ്താവിക്കുമ്പോൾ ചെസ് കരുക്കൾ തട്ടിമറിച്ചിട്ടു മരണത്തിന്റെ ശ്രദ്ധ തെറ്റിക്കാൻ ബ്ലോക് ശ്രമിക്കുന്നു. എന്നാൽ കരുക്കൾ വീണ്ടും യഥാസ്ഥാനത്തു വയ്ക്കുന്ന മരണം ഒരൊറ്റ നീക്കത്തിലൂടെ വിജയിയാകുന്നു. അടുത്ത തവണ കാണുമ്പോൾ ബ്ലോക്കിന്റെയും സഹയാത്രികരുടെയും സമയം തീരുമെന്നും മരിക്കേണ്ടി വരുമെന്നും വ്യക്തമാക്കി മരണം തത്കാലത്തേക്കു മടങ്ങുന്നു. ബ്ലോക് ചെയ്യണമെന്നാഗ്രഹിച്ച അർത്ഥപൂർണമായ ഒരു പ്രവൃത്തി ചെയ്തുതീർത്തോ

എന്നു മരണം ചോദിക്കുമ്പോൾ ചെയ്തുവെന്നാണു അയാൾ മറുപടി പറയുന്നത്.

മരണം വന്നെത്തുന്നതിനുമുമ്പുള്ള അന്ത്യഅത്താഴം ബ്ലോക്കും സംഘവും ഒന്നിച്ചു കഴിക്കുന്നു. അപ്പോൾ ബ്ലോക്ക് ദൈവത്തോടു കരുണക്കായി പ്രാർത്ഥിക്കുന്നുണ്ട്. പിറ്റേന്ന് പ്രഭാതത്തിൽ ബ്ലോക്കും സംഘവും ഒരു കുന്നിൻമുകളിലേക്ക് മരണനൃത്തം ചവിട്ടി അകന്നുപോകുന്നത് നാടകകുടുംബം കാണുമ്പോൾ ചിത്രം അവസാനിക്കുന്നു.

അവൻ ഏഴാം മുദ്ര പൊട്ടിച്ചപ്പോൾ സ്വർഗത്തിൽ അര മണിക്കൂറോളം നിശ്ശബ്ദതയുണ്ടായി എന്ന ബൈബിളിലെ വെളിപാടു പുസ്തകത്തിലെ വാക്യത്തെ ആധാരമാക്കി എടുത്തിരിക്കുന്ന ലോകസിനിമാചരിത്രത്തിലെ എക്കാലത്തെയും മികച്ച ഒരു ക്ലാസിക് ആണ് ബെർഗ്മാൻ എന്ന സ്വീഡിഷ് ചലച്ചിത്രകാരന്റെ ഏഴാം മുദ്ര. ദൈവത്തിന്റെ നിശ്ശബ്ദത പ്രമേയമായി വരുന്ന ഒരു സിനിമയെന്ന് ഇതിനെ വിളിക്കാം. ഈശ്വര വിശ്വാസത്തെയാണ് ബെർഗ്മാൻ ഈ ചലച്ചിത്രത്തിൽ വിശകലനം ചെയ്യുന്നതെന്നു ചിന്തിക്കുന്നവർ അനേകരുണ്ട്. വിശ്വാസം ആത്യന്തികമായി കാണപ്പെടാത്തതു വിശ്വസിക്കലാണെന്ന് ഏഴാംമുദ്ര ഓർമ്മിപ്പിക്കുന്നു. നിശ്ശബ്ദതയായേക്കാം വിശ്വാസികൾക്കുള്ള പ്രതികരണം.

ഗെറ്റിംഗ് ഹോം (2007)

സാംഗ് യാംഗ്

ചൈനയിലെ വിദൂരദിക്കുകളിൽനിന്നു കൂലിപ്പണിക്കുവേണ്ടി ഒരിടത്ത് വന്നു ചേർന്നു സുഹൃത്തുക്കളാകുകയാണ് രണ്ടു പേർ. ഒരാൾ ജോലി സ്ഥലത്തു വച്ചു മരിക്കുന്നു. മരിക്കുന്നതിനുമുമ്പ് അയാൾ പുതിയ സുഹൃത്തിൽ നിന്ന് ഒരുറപ്പു വാങ്ങിയിരുന്നു. തന്റെ മൃതദേഹം വീട്ടിലെത്തിക്കുകയും സമ്പാദിച്ച പണം വീട്ടുകാർക്കു കൊടുക്കുകയും വേണം. ഒരു ആംബുലൻസ് വിളിച്ചുപോകാൻ പണമില്ലാത്തതിനാൽ മൃതദേഹത്തെ മദ്യലഹരിയിൽ ഉറങ്ങുന്ന സുഹൃത്താണെന്നു ധരിപ്പിച്ച് ബസ്സിലിരുത്തി കൊണ്ടുപോകുന്നു.

ഇതു മൃതദേഹമാണെന്നു മനസ്സിലാകുന്നതോടെ മറ്റു യാത്രക്കാർ പ്രതിഷേധിക്കുകയും ഇവരെ റോഡിൽ ഇറക്കി വിടുകയും ചെയ്യുന്നു. എങ്കിലും, പിന്മാറാതെ സുഹൃത്തിന്റെ മൃതദേഹവും ചുമന്ന് അയാൾ

യാത്ര തുടരുകയാണ്. പല വാഹനങ്ങളിലും മാറി മാറി സഞ്ചരിക്കുന്നു, പലതരം മനുഷ്യരെ കണ്ടുമുട്ടുന്നു, പല സംഭവങ്ങൾക്കും സാക്ഷിയാകുന്നു.

ഏറ്റവും നാടകീയമായ സംഭവമുണ്ടാകുന്നത് ഒരു മരണവീട്ടിലാണ്. വിശന്നു വലഞ്ഞു മൃതദേഹവും ചുമന്നു നടക്കുമ്പോൾ ഒരു ആഘോഷം ഇയാളുടെ ശ്രദ്ധയിൽ പെടുന്നു. അതൊരു മരണവുമായി ബന്ധപ്പെട്ട ആഘോഷമാണ്. മൃതദേഹം വയലിൽ കോലം പോലെ കുത്തി നിറുത്തിയ ശേഷം അയാൾ മരണവീട്ടിലേക്കു ചെല്ലുന്നു. സന്ദർശകർ മൃതദേഹം കണ്ടു കരയുകയും പിന്നെ സദ്യ കഴിക്കുകയുമാണ് അവിടത്തെ ആചാരം.

ആചാരമനുസരിച്ച് മൃതദേഹത്തിനു മുമ്പിൽ നിന്നു കൃത്രിമമായി കരഞ്ഞു തുടങ്ങിയ ഇയാൾക്ക് പൊടുന്നനെ നിയന്ത്രണം വിടുന്നു, പൊട്ടിപ്പൊട്ടിക്കരയുന്നു. ഏറെ നേരം കരഞ്ഞതിനുശേഷം പരിസരബോധം വീണ്ടെടുത്ത് ഭക്ഷണം കഴിക്കാൻ പോകുന്നു. നല്ല വിശപ്പുണ്ടായിരുന്ന അയാൾ ആർത്തിയോടെ വാരി വലിച്ച് ആഹാരം കഴിക്കുകയാണ്. വിശപ്പൊന്നടങ്ങി ആശ്വാസത്തോടെ മുഖമുയർത്തി നോക്കുമ്പോൾ കാണുന്നത് ആ വീട്ടിൽ മരിച്ചു കിടക്കുകയായിരുന്ന ആൾ തന്നെ ഉറ്റു നോക്കി അടുത്ത കസേരയിലിരിക്കുന്നതാണ്.

അമ്പരന്നു പോയ നായകനോട് ആ 'മൃതദേഹം' കാര്യം വെളിപ്പെടുത്തി:

"ഞാൻ മരിച്ചതല്ല. എനിക്കു വലിയ സ്വത്തുണ്ട്. എന്നാൽ എന്നെ സ്നേഹിക്കുന്നവർ ആരുമില്ല. ഞാൻ മരിച്ചാൽ ആരും കരയാനില്ല. എന്നെ ചൊല്ലി ആരെങ്കിലും കരയുന്നതു കാണുന്നതിനുവേണ്ടി ഈ ചടങ്ങ് ഞാൻ കുറേ ആൾക്കാർക്ക് കാശു കൊടുത്ത് സംഘടിപ്പിച്ചതാണ്.

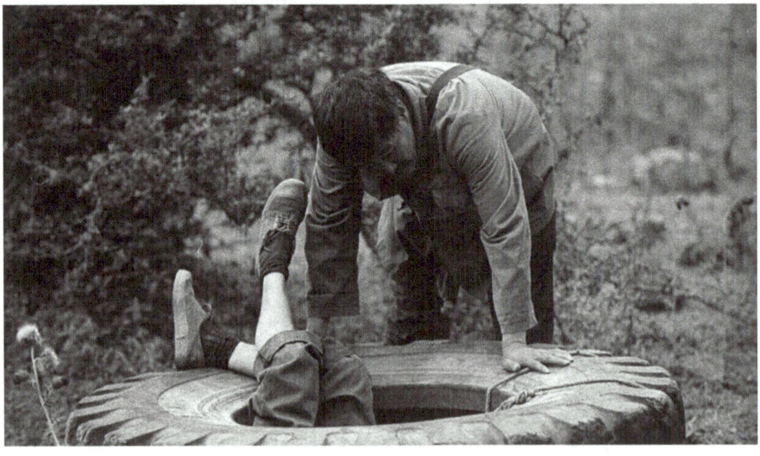

എല്ലാവരും കാശിനുവേണ്ടി കരഞ്ഞതാണ്. നിങ്ങൾ മാത്രം വളരെ ആത്മാർത്ഥമായി കരഞ്ഞു. നിങ്ങളെയാകട്ടെ എനിക്കു യാതൊരു പരിചയവുമില്ല. പിന്നെന്തിനാണ് നിങ്ങൾ അത്ര സത്യസന്ധമായി കരഞ്ഞത്?”

ആഹാരത്തിനുവേണ്ടിയാണ് താൻ ഇവിടെ കയറിയതെന്നും കരഞ്ഞു തുടങ്ങിയപ്പോൾ സ്വന്തം സുഹൃത്തിനെ ഓർമ്മ വന്നതുകൊണ്ടാണ് കരച്ചിൽ ആത്മാർത്ഥമായതെന്നും അയാൾ വെളിപ്പെടുത്തി. വിവരങ്ങളെല്ലാം അറിഞ്ഞ ആ പണക്കാരൻ മൃതദേഹം വച്ചുകൊണ്ടുപോകുന്നതിനുള്ള ഉന്തുവണ്ടി സമ്മാനിച്ച് അയാളെ യാത്രയാക്കി.

ഉന്തുവണ്ടി ഒരപകടത്തിൽ തകർന്നു. പിന്നീട് മൃതദേഹവും ചുമന്നു അങ്ങേയറ്റം അവശനായി നീങ്ങുന്ന ഇയാളെ ഒരിടത്തു പൊലീസുകാർ ശ്രദ്ധിച്ചു. കാര്യമറിഞ്ഞ അവർ അഴുകിത്തുടങ്ങിയ മൃതദേഹവുമായി ഇപ്രകാരം യാത്ര ചെയ്യുന്നതു നിയമവിരുദ്ധമാണെന്നു അയാളെ ധരിപ്പിച്ചു. അയാളുടെ കഥയിൽ മനസ്സലിഞ്ഞ പൊലീസുദ്യോഗസ്ഥർ വൈദ്യുശ്മശാനത്തിൽ മൃതദേഹം ദഹിപ്പിച്ച ശേഷം ചിതാഭസ്മവുമായി പൊലീസ് വാഹനത്തിൽ അയാളെ സുഹൃത്തിന്റെ വീട്ടിലേക്കു യാത്രയാക്കി.

വിലാസപ്രകാരമുള്ള ഗ്രാമത്തിലെത്തുമ്പോൾ ഏതോ പ്രകൃതിക്ഷോഭത്തിൽ പെട്ടു വീടുകളെല്ലാം തകർന്നുകിടക്കുന്നതാണു കാണുന്നത്. വിലാസപ്രകാരമുള്ള സുഹൃത്തിന്റെ വീട്ടുവാതിൽക്കൽ ഒരു അറിയിപ്പുണ്ട്. ജോലിസ്ഥലത്തുനിന്നു മടങ്ങിയെത്തുന്ന കുടുംബനാഥനെ ഉദ്ദേശിച്ച് എഴുതിയിരിക്കുന്നതാണ് അത്. തകർന്ന വീടുപേക്ഷിച്ച കുടുംബം ഇപ്പോൾ താമസിക്കുന്ന സ്ഥലത്തിന്റെ വിലാസവും അവിടേക്കുള്ള വഴിയുമാണ് അതിലുള്ളത്. അവിടേക്കു പോകണോ എന്ന് പൊലീസ് ഓഫീസർ ചോദിക്കുന്നു. പോകണം എന്നാണ് സുഹൃത്തിന്റെ മറുപടി. അവിടേക്കുള്ള യാത്ര തുടങ്ങുമ്പോൾ സിനിമ തീരുന്നു.

സുഹൃത്തിനു നൽകിയ വാക്കു പാലിക്കാൻ മൃതദേഹവുമായി യാത്ര ചെയ്യുന്ന നായകനൊപ്പം പ്രേക്ഷകരെയും കൂട്ടാൻ നർമ്മത്തിന്റെ മേമ്പൊടിയോടെ കഥ പറയുന്ന ചലച്ചിത്രകാരനു സാധിച്ചിട്ടുണ്ട്.

ചിൽഡ്രൻ ഓഫ് ഹെവൻ (1998)

മജീദ് മജീദി

ഇറാനിലെ പാവപ്പെട്ട ഒരു കുടുംബത്തിലെ കുട്ടികളാണ് അലിയും സാറായും. സാറായുടെ സ്കൂൾ ഷൂസ് നന്നാക്കാൻ കൊണ്ടുപോയ ഏട്ടൻ അലിക്ക് അവ അബദ്ധത്തിൽ നഷ്ടമാകുന്നു. കടയിൽ പച്ചക്കറി വാങ്ങാൻ കയറിയപ്പോൾ ഷൂസ് വച്ചിരുന്ന പ്ലാസ്റ്റിക് കിറ്റ് ചവറു പെറുക്കാൻ വന്ന ഒരു വൃദ്ധൻ എടുത്തുകൊണ്ടുപോകുകയായിരുന്നു.

ഷൂസ് നഷ്ടമായത് സാറായ്ക്കും അതിലുപരി അലിക്കും വലിയ വിഷമത്തിനു കാരണമാകുന്നു. പുതിയൊരു ഷൂസ് വാങ്ങിക്കൊടുക്കാൻ പിതാവിന്റെ പക്കൽ പണമില്ലെന്നവർക്കറിയാം. ഷൂസ് പോയ വിവരം പറഞ്ഞാൽ രണ്ടു പേർക്കും അടി കിട്ടും. അതിനാൽ ആങ്ങളയും പെങ്ങളും ചേർന്ന് ഒരു ധാരണയിലെത്തുന്നു. ചേട്ടന്റെ സ്പോർട്സ് ഷൂ സാറാ സ്കൂളിൽ ധരിച്ചിട്ടു പോകും. അവൾ മടങ്ങി വന്നതിനുശേഷം മാത്രം അലി അതിട്ട് സ്കൂളിൽ പോകും. ഷിഫ്റ്റ് സമ്പ്രദായത്തിലാണ്

സ്ക്കൂൾ. ഈ ക്രമീകരണത്തിന്റെ പേരിൽ സ്കൂളിൽ വൈകി ചെല്ലുന്നത് അലിക്കു പ്രശ്നമാകുന്നു.

ഇതിനിടെ റോയ എന്ന ഒരു പെൺകുട്ടി തന്റെ കളഞ്ഞുപോയ ഷൂസ് ധരിച്ച് സ്കൂളിൽ വരുന്നത് സാറായുടെ കണ്ണിൽ പെടുന്നു. അവൾ റോയയുടെ വീടു മനസ്സിലാക്കി, സഹോദരൻ അലിയേയും കൂട്ടി അവിടെ ചെല്ലുന്നു. വഴക്കിട്ടു ഷൂസ് തിരികെ വാങ്ങുകയാണു ലക്ഷ്യം. പക്ഷേ ഒളിച്ചിരുന്ന് രംഗം വീക്ഷിക്കുന്ന അവർക്ക് ഒരു കാര്യം മനസ്സിലാകുന്നു. റോയയുടെ പിതാവ് ദരിദ്രനും അന്ധനുമാണ്. ചവറു പെറുക്കുന്നതിനിടയിൽ അറിയാതെയാണ് ഷൂസ് അയാളുടെ പക്കൽ വരുന്നത്. അതറിയുന്നതോടെ ഷൂസ് തിരികെ വാങ്ങാനുള്ള നീക്കം കുട്ടികൾ അവസാനിപ്പിക്കുന്നു.

ദാരിദ്ര്യംകൊണ്ടു വലഞ്ഞ അലിയുടെ പിതാവ് പൂന്തോട്ടജോലികൾ ചെയ്യുന്നതിനുള്ള ഉപകരണങ്ങൾ സംഘടിപ്പിക്കുകയും അത്തരം ജോലികൾ തേടി പുറപ്പെടുകയും ചെയ്യുന്നു. അലിയും അയാൾക്കൊപ്പമുണ്ട്. ഏറെനേരം അലഞ്ഞശേഷം ധനികനായ ഒരു വൃദ്ധനും അയാളുടെ പേരക്കുട്ടിയും ചേർന്ന് അവരുടെ വലിയ ബംഗ്ലാവിലേക്ക് ഇവരെ ജോലിക്കു വിളിക്കുന്നു. അലി അവിടത്തെ കുട്ടിയോടൊപ്പം കളിക്കുകയും പിതാവ് ജോലികൾ ചെയ്യുകയും ചെയ്യുന്നു. ജോലികൾ തീരുമ്പോൾ വലിയൊരു തുകയാണ് ആ പണക്കാരൻ അവർക്കു പ്രതിഫലമായി നൽകുന്നത്.

സന്തുഷ്ടരായി അലിയും പിതാവും സൈക്കിളിൽ മടങ്ങുകയാണ്. കൈവന്നിരിക്കുന്ന പണം കൊണ്ട് ചെയ്യേണ്ട നിരവധി കാര്യങ്ങൾ പിതാവ് ചർച്ച ചെയ്യുന്നു. അനിയത്തിക്ക് പുതിയൊരു ജോടി ഷൂസ് വാങ്ങികൊടുക്കണമെന്ന അലിയുടെ നിർദേശം പിതാവ് നിസ്സാരമായി സ്വീകരിക്കുന്നു. രണ്ടു പേർക്കും വാങ്ങിക്കളയാം എന്നാണ് പിതാവിന്റെ മറുപടി. പക്ഷേ ആ സൈക്കിൾ യാത്ര ഒരു അപകടത്തിൽ കലാശിക്കുന്നു. പിതാവിനു പരിക്കേറ്റതിനെ തുടർന്ന് അന്ന് അവർക്കു ഷൂസ് വാങ്ങാൻ സാധിക്കുന്നില്ല.

പിന്നീട്, കുട്ടികൾക്കുള്ള ഒരു ദീർഘദൂര ഓട്ടമത്സരത്തിൽ തന്റെ സ്കൂളിൽ നിന്നു പങ്കെടുക്കാൻ അലിക്ക് അവസരം കിട്ടുന്നു. ഓട്ടമത്സരത്തിൽ മൂന്നാം സ്ഥാനം നേടുന്ന കുട്ടിക്ക് ഒരു ജോടി പുതിയ ഷൂസ് ആണു സമ്മാനം. മത്സരത്തിൽ മൂന്നാം സ്ഥാനം നേടുകയും അപ്രകാരം കിട്ടുന്ന ഷൂസ് അനിയത്തിക്കു നൽകുകയും ചെയ്യാമെന്ന് അലി കണക്കുകൂട്ടുന്നു. ഒന്നും രണ്ടും സ്ഥാനങ്ങൾ നേടുന്നവർക്ക് മറ്റു സമ്മാനങ്ങളായതിനാൽ തനിക്കു മൂന്നാം സ്ഥാനം മതിയെന്ന് അലി അനിയത്തിയോടു പറയുന്നുണ്ട്. സമ്മാനം ലഭിക്കുന്നത് ആൺകുട്ടികൾക്കുള്ള ഷൂസ് ആണെങ്കിൽ അതു പെൺകുട്ടികൾക്കുള്ളതായി മാറ്റിക്കൊള്ളാമെന്നും അവൻ സാറായ്ക്ക് ഉറപ്പു നൽകുന്നു.

മത്സരം പക്ഷേ കടുത്തതാണ്. ജയിക്കാനായി സകല ശക്തിയും പുറത്തെടുത്ത് ഓടേണ്ടി വരുന്നു. ആവേശകരമായ മത്സരത്തിനൊടുവിൽ അലി ഒന്നാമനായാണ് ഓടിയെത്തുന്നത്. അതിനാൽ ഷൂസ് സമ്മാനമായി നേടുകയെന്ന ലക്ഷ്യം നിറവേറുന്നില്ല.

ആകാംക്ഷാപൂർവം കാത്തിരിക്കുന്ന അനിയത്തിയുടെ അടുത്തേക്ക് നിരാശയോടെയാണ് അലി മടങ്ങിയെത്തുന്നത്. ഷൂസ് കിട്ടിയില്ലെന്നു പറയുന്നതിനുമുമ്പേ അമ്മ അവളെ വിളിക്കുന്നു. അതിനിടെ പിതാവ് രണ്ടു ജോടി പുതിയ ഷൂസുമായി സൈക്കിൾ ഓടിച്ചു വരുന്നത് നാം കാണുന്നുണ്ട്. ഓട്ടമത്സരത്തിനിടെ തന്റെ ഷൂസു നാശമായതു മനസ്സിലാക്കുന്ന അലിയുടെ നിരാശയും പ്രേക്ഷകർ കാണുന്നു.

മജീദ് മജീദിയെ അന്താരാഷ്ട്രപ്രസിദ്ധിയിലേക്ക് ഉയർത്തിയ ചിത്രമാണ് ചിൽഡ്രൻ ഓഫ് ഹെവൻ. സങ്കീർണതകളൊന്നുമില്ലാതെ ലളിതമായ ഒരു കഥ പറയുകയാണ് സംവിധായകൻ. ദാരിദ്ര്യവും കുട്ടികളിൽ അതേല്പിക്കുന്ന വ്യഥകളും അവരുടെ നിഷ്കളങ്കതയും നന്മയുമെല്ലാം സിനിമ വിവരിക്കുന്നു. നന്മയുടെ വെളിച്ചം പ്രേക്ഷകരിലേക്ക് സംവേദിപ്പിക്കാൻ ചിൽഡ്രൻ ഓഫ് ഹെവനു സാധിക്കുന്നുണ്ട്.

പഥേർ പാഞ്ചാലി (1955)

സത്യജിത് റേ

1920കളിലെ ഒരു ബംഗാളി ഗ്രാമം. ബാലനായ അപു, അവന്റെ ചേച്ചി ദുർഗ, അച്ഛൻ ഹരിഹർ, അമ്മ സർബജയ, വൃദ്ധയും വിധവയുമായ അമ്മായി എന്നിവർ ഇടിഞ്ഞു വീഴാറായ ഒരു കൊച്ചുവീട്ടിൽ കഴിയുന്നു. തുച്ഛമായ വരുമാനമേയുള്ളൂ ഹരിഹറിന്. വലിയ ഒരെഴുത്തുകാരനായി മാറുന്നത് വിദ്യാസമ്പന്നനായ അയാൾ സ്വപ്നം കാണുന്നുണ്ടെങ്കിലും ഒന്നും നടക്കുന്നില്ല. ഈ ഇല്ലായ്മകളിൽ അമ്മായിയെ കൂടി പോറ്റാൻ അമ്മയ്ക്കു മടിയുണ്ട്. അവർ തമ്മിൽ മിക്കപ്പോഴും ശണ്ഠ കൂടും. സഹിക്കാതാകുമ്പോൾ, ഇടയ്ക്ക് പായക്കെട്ടുമായി ആ വൃദ്ധ മറ്റൊരു ബന്ധുവിന്റെ വീട്ടിലേക്കു പോകും. വൈകാതെ മടങ്ങിയെത്തുകയും ചെയ്യും.

പരമദരിദ്രമാണെങ്കിലും ഇതിലെ കുട്ടികളുടെ ജീവിതം സന്തോഷം നിറഞ്ഞതാണ്. ബാല്യം എപ്പോഴും അപ്രകാരമാണല്ലോ. ഇല്ലായ്മകൾ

അവരുടെ മനസ്സിനെയല്ല ബാധിക്കുന്നത്. നാടകം, ബയോസ്കോപ്പ്, മധുര പലഹാരങ്ങൾ തുടങ്ങിവയുമായി പലരും ഗ്രാമത്തിൽ വന്നുപോകുന്നു. ഇതെല്ലാം കുട്ടികൾ ആസ്വദിക്കുന്നു. സമ്പന്നയായ അയൽക്കാരിക്ക് അപുവിന്റെ വീട്ടുകാരോടു മതിപ്പില്ല. അവർ അതു പരസ്യമായി പ്രകടിപ്പിക്കാൻ മടിക്കാറുമില്ല. ദുർഗ ചിലപ്പോൾ അടുത്ത വീട്ടിൽ നിന്ന് ആരും കാണാതെ പേരയ്ക്ക പറിക്കുകയും അമ്മായിയോടൊപ്പം കഴിക്കുകയും ചെയ്യാറുണ്ട്.

ഒരു ദിവസം ഗ്രാമത്തിന്റെ അതിർത്തിയിലെ റെയിൽപാതയിൽ തീവണ്ടി കാണാൻ പോയി മടങ്ങുമ്പോൾ അപുവും ദുർഗയും, പാതയോരത്ത് തന്റെ ഭാണ്ഡക്കെട്ടുമായി തളർന്നിരിക്കുന്ന അമ്മായിയെ കാണുന്നു. കുട്ടികളുടെ കൺമുമ്പിൽ വച്ചു തന്നെ അവർ മരണമടയുന്നു.

ഇപ്പോഴത്തെ വരുമാനം കൊണ്ട് ജീവിതം ഒട്ടും മുമ്പോട്ടു കൊണ്ടു പോകാൻ കഴിയുകയില്ല എന്നായതോടെ ഹരിഹർ ഒരു ജോലി തേടി ദൂരേക്കു യാത്രയാകുന്നു. അടുത്ത മഴക്കു മുമ്പ് അറ്റകുറ്റപ്പണികൾ ചെയ്തില്ലെങ്കിൽ വീട് ഇടിഞ്ഞുവീണേക്കും. വീടു പണിയാനും മറ്റുമുള്ള പണം സമ്പാദിച്ചുമടങ്ങി വരാമെന്നാണ് അയാളുടെ വാഗ്ദാനം. എന്നാൽ ഏറെ കഴിഞ്ഞിട്ടും അയാളിൽനിന്നു വിവരങ്ങളൊന്നുമില്ല.

കുടുംബനാഥന്റെ അഭാവത്തിൽ അവരുടെ ജീവിതം കൂടുതൽ ദുഷ്കരമാകുന്നു. അതിനിടെ ഉമ തങ്ങളുടെ മാല മോഷ്ടിച്ചെന്ന

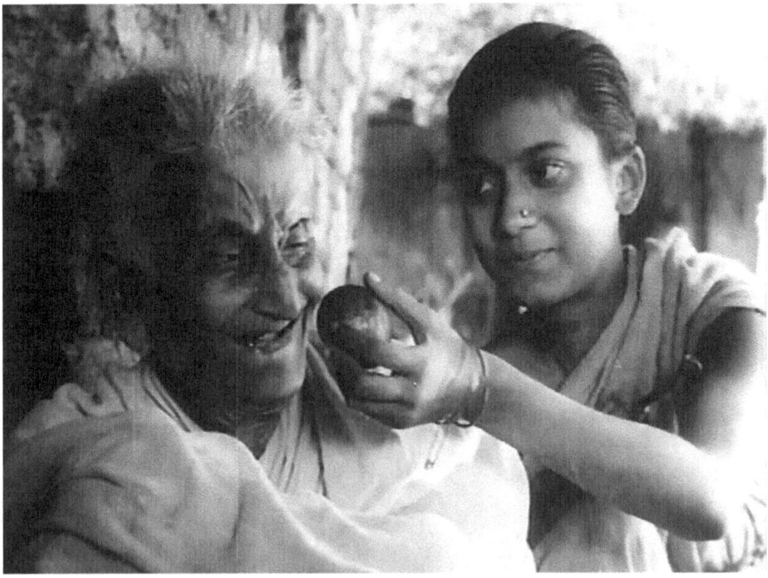

പരാതിയുമായി അയലത്തെ സ്ത്രീ എത്തുകയും അമ്മയെ ആക്ഷേപിക്കുകയും ചെയ്യുന്നു. എന്നാൽ തന്റെ മകൾ ഒരിക്കലും അതു ചെയ്യുകയില്ലെന്നു തിരിച്ചടിച്ച് അവർ പിടിച്ചുനിൽക്കുന്നു. മാല മോഷ്ടിച്ചിട്ടില്ലെന്നു ദുർഗയും ഉറപ്പു കൊടുത്തു.

മഴക്കാലമെത്തി. പട്ടിണിയും ഏതു നിമിഷവും നിലം പൊത്താവുന്ന വീട്ടിലെ ഇടിയും മഴയുമെല്ലാം കുടുംബത്തെ ഭയചകിതവും ജീവിതം ദുരിതപൂർണവുമാക്കുന്നു. മഴ നനഞ്ഞു നൃത്തം ചെയ്ത ദുർഗയ്ക്കു പനി പിടിച്ചു. രോഗം മൂർച്ഛിച്ചു. മതിയായ ചികിത്സയുടെ അഭാവത്തിൽ മഴയും ഇടിയും കനത്ത ഒരു രാത്രിയിൽ ദുർഗ മരണത്തിനു കീഴടങ്ങുന്നു.

പിന്നീടു മടങ്ങിയെത്തുന്ന ഹരിഹർ സന്തോഷത്തോടെ താൻ കൊണ്ടു വന്ന വസ്തുക്കൾ പ്രദർശിപ്പിക്കാനൊരുങ്ങുമ്പോൾ സർബജയ പൊട്ടിക്കരഞ്ഞു അയാളുടെ കാൽക്കൽ വീഴുകയും മകളുടെ വിയോഗ വാർത്ത അയാൾ മനസ്സിലാക്കുകയും ചെയ്യുന്നു. തങ്ങൾക്ക് ദുഃഖങ്ങൾ മാത്രം നൽകിയ ഗ്രാമവും മകളുടെ മരണം കണ്ട വീടും ഉപേക്ഷിച്ചു ദൂരെ കാശിയിലേക്കു ഹരിഹറും കുടുംബവും യാത്ര പുറപ്പെടുന്നു. യാത്രയ്ക്കായി സാധനങ്ങൾ കെട്ടിപ്പൊതിയുമ്പോൾ അടുത്ത വീട്ടിൽനിന്നു കാണാതായ മാല ദുർഗയുടെ സാധനങ്ങൾക്കിടയിൽനിന്നു അപുവിനു കിട്ടുന്നു. ചേച്ചി അതു മോഷ്ടിച്ചതാണെന്ന് അവൻ തിരിച്ചറിയുന്നു. അവൻ ആ മാലയുമായി പുറത്തേക്കോടുകയും ആരും കാണാതെ ഒരു പൊട്ടക്കുളത്തിലേക്ക് വലിച്ചെറിയുകയും ചെയ്യുന്നു. മരിച്ചുപോയെങ്കിലും ചേച്ചിയുടെ മേൽ ഒരു കളങ്കം പതിയുന്നത് അവനു സഹിക്കാവുന്നതിനും അപ്പുറമാണ്. ഒരു കാളവണ്ടിയിൽ ആ കൊച്ചുകുടുംബം വേറൊരു ജീവിതം തേടി യാത്ര തുടങ്ങുമ്പോൾ സിനിമ തീരുന്നു.

ഇന്ത്യൻ സിനിമയ്ക്ക് ലോകസിനിമയിൽ ഇടം നേടിക്കൊടുത്ത ആദ്യത്തെ ചിത്രമെന്ന് ഈ ബംഗാളി സിനിമയെ വിശേഷിപ്പിക്കാം. ബിഭൂതിഭൂഷൺ ബന്ദോപാദ്ധ്യായയുടെ ഇതേ പേരിലുള്ള നോവലിനെ ആസ്പദമാക്കി നിർമ്മിച്ച ഈ സിനിമ റേയുടെ ആദ്യത്തെ സിനിമയുമാണ്. അന്താരാഷ്ട്ര അംഗീകാരമുള്ള ചലച്ചിത്രകാരനായി റേ ഈ ഒരൊറ്റ സിനിമയിലൂടെ മാറുകയും ചെയ്തു

ഔൾ ആൻഡ് ദ സ്പാരോ (2007)

സ്റ്റീഫൻ ഗോഗർ

ഹോചിമിൻ നഗരത്തിൽ പൂക്കൾ വിറ്റു ജീവിക്കുന്ന ഒരു കൊച്ചു പെൺകുട്ടിയാണ് തുയി. അനാഥയായ അവളെ ഒരു അമ്മാവനാണ് നോക്കിയിരുന്നത്. ഫാക്ടറിയിൽ ഇവളെ പണിയെടുപ്പിച്ചിരുന്ന അയാൾ ഒട്ടും സ്നേഹമില്ലാത്തവനും ക്രൂരനുമാണ്. അയാളിൽനിന്ന് ഒളിച്ചോടി നഗരത്തിൽ വന്നു ജീവിക്കുകയായിരുന്നു തുയ്.

അവിടെ കാഴ്ചബംഗ്ലാവിൽ ജോലിയുള്ള ഒരു പാവപ്പെട്ട ചെറുപ്പ ക്കാരനുമായി തുയി സൗഹൃദത്തിലാകുന്നു. പിന്നീട്, എയർഹോസ്റ്റസായ ഒരു യുവതിയേയും അവൾ പരിചയപ്പെടുന്നു. ഇരുവരും നല്ല മനസ്സു ള്ളവരാണ്, സ്നേഹമുള്ളവരാണ്. ഇവർക്ക് ഈ പെൺകുട്ടിയോടും വലിയ വാത്സല്യമാണ്. ഇരുവരും ഒന്നിച്ചുജീവിച്ചാൽ അതു നന്നാകു മെന്ന് ആ പെൺകുട്ടിക്കു തോന്നുന്നു. അതിനുള്ള വഴികൾ തേടുകയാണ് തുയി.

ഒരിക്കൽ എയർഹോസ്റ്റസിനൊപ്പം തുയ് ഹോട്ടൽമുറിയിൽ താമസിക്കുന്നുണ്ട്. അവിടെ ആ യുവതിയുടെ സൗന്ദര്യവർദ്ധക വസ്തു ക്കൾ അവൾ ഒരു കൗതുകത്തിന്റെ പേരിൽ ഉപയോഗിച്ചുനോക്കുന്നു. ചുണ്ടിൽ ചായം തേച്ചിരിക്കുന്ന പെൺകുട്ടിയെ കണ്ട ആ യുവതി ദേഷ്യ പ്പെടുന്നു. തന്റെ വസ്തുക്കൾ ഉപയോഗിച്ചതിനല്ല അവരുടെ കോപം. തുയ് ഒരു കൊച്ചു പെൺകുട്ടിയാണെന്നും കഴിയുന്നത്ര കാലം കുട്ടി യായി തന്നെ ജീവിക്കണമെന്നും വളരുന്നത് നല്ലതല്ലെന്നും ആ യുവതി പറയുന്നു. തന്റെ ജീവിതത്തിലെ ഏതോ ദുരനുഭവങ്ങളെയും നഷ്ട മായ കുട്ടിക്കാലത്തെയും ഓർത്തു വേദനിക്കുകയാണ് ആ എയർ ഹോസ്റ്റസ് എന്നു വ്യക്തം.

ചെറുപ്പക്കാരനെയും എയർഹോസ്റ്റസിനെയും തുയി പരസ്പരം പരിചയപ്പെടുത്തുന്നു. ഇരുവരും സൗഹൃദത്തിലാകുന്നു.

പെൺകുട്ടിയെ തേടി അവളുടെ അമ്മാവൻ നഗരത്തിലെത്തി. അയാൾ പലയിടത്തും കുട്ടിയെ തിരയുന്നു. ബാലതൊഴിൽ നിരോധിച്ചി ട്ടുള്ളതാനാൽ ഇതിനിടെ, സർക്കാർ ഉദ്യോഗസ്ഥർ തെരുവിൽനിന്നു

പെൺകുട്ടിയെ അനാഥാലയത്തിലേക്കു കൂട്ടിക്കൊണ്ടു പോകുന്നു. പെൺകുട്ടിയെ കാണാതെ യുവാവും യുവതിയും അവളെ അന്വേഷിച്ചുപുറപ്പെടുന്നു. ഉദ്യോഗസ്ഥർ അവളെ അനാഥാലയത്തിലേക്കു കൊണ്ടുപോയിട്ടുണ്ടെന്നു മനസ്സിലാക്കുന്ന അവർ അനാഥാലയത്തിലെത്തുന്നു. തുയിയെ അവിടെ കണ്ടെത്തുന്നു. പക്ഷേ നിയമപരമായി ഇവർ കുട്ടിയുടെ ആരുമല്ലാത്തതിനാൽ തുയിയെ വിട്ടുകൊടുക്കാൻ ഉദ്യോഗസ്ഥർ മടിക്കുന്നു. അപ്പോഴേക്കും അമ്മാവനും അവിടെയെത്തുന്നു. കുട്ടി തന്റെ സഹോദരന്റെ മകളാണെന്നു തെളിയിക്കാൻ അയാൾക്കു സാധിക്കുന്നു. ഇതോടെ ഉദ്യോഗസ്ഥർ അവളെ അയാൾക്കു വിട്ടുകൊടുക്കുന്നു.

ചെറുപ്പക്കാരൻ പിന്നീട് ഇയാളുടെ ഫാക്ടറിയിലെത്തുന്നു. തുയിയെ തനിക്കു വിട്ടുനൽകണമെന്ന് അയാൾ അമ്മാവനോട് ആവശ്യപ്പെടുന്നു. കാഴ്ചബംഗ്ലാവിൽ അവൾക്കു ജോലി ശരിയാക്കി കൊടുക്കാമെന്നും സ്കൂളിൽ വിട്ടു പഠിപ്പിക്കാമെന്നും അയാൾ പറയുന്നുണ്ട്. പക്ഷേ അമ്മാവന് അതൊന്നും സ്വീകാര്യമാകുന്നില്ല. ജോലി ഇപ്പോൾ തന്നെ അവൾക്കുണ്ടെന്ന നിലപാടാണ് അയാൾക്ക്. പഠിക്കാനുള്ള ബുദ്ധിയൊന്നും അവൾക്കില്ലെന്നും അയാൾ വ്യക്തമാക്കുന്നു. എന്നാൽ കാഴ്ചബംഗ്ലാവിൽനിന്നു കിട്ടുന്ന പ്രതിഫലം മാസം തോറും എത്തിച്ചു നൽകാമെന്നു വാക്കു കൊടുക്കുന്നതോടെ അമ്മാവൻ തുയിയെ വിട്ടു കൊടുക്കാൻ സമ്മതിക്കുന്നു.

ഇവർ നഗരത്തിൽ മടങ്ങിയെത്തുമ്പോൾ എയർഹോസ്റ്റസിനെ കാണാനില്ല. താൻ പാവപ്പെട്ടവനാണെന്നും തന്നെയൊന്നും ആ യുവതിക്കിഷ്ടമാകുകയില്ലെന്നും ഇതിനിടെ ചെറുപ്പക്കാരൻ തുയിയോടു പറയുന്നുണ്ട്.

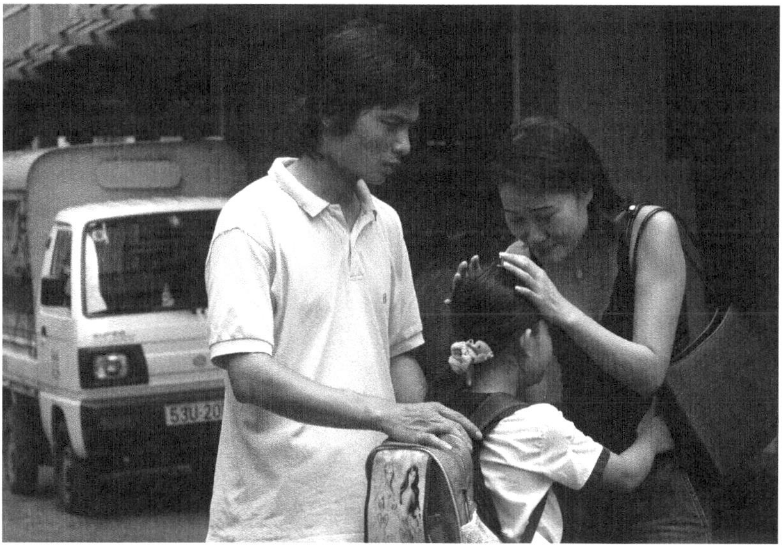

എന്നാൽ തുയി അത് അംഗീകരിക്കുന്നില്ല. അവർ ഒരു നല്ല വ്യക്തിയാണെന്നു തുയി പറയുന്നു. അവർ താമസിച്ചിരുന്ന ഹോട്ടലിൽ ചെന്ന് അവർക്കു കൊടുക്കാൻ ഒരു പൊതി തുയി ഏല്പിക്കുന്നു. ഒരു കത്തും രണ്ടു പാവകളുമാണ് അതിൽ.

എയർപോർട്ടിൽ വിമാനം പുറപ്പെടാറായിരിക്കെയാണ് യുവതി ഈ പൊതി തുറക്കുന്നതും പാവകളും കത്തും കാണുന്നതും. അവർ യാത്ര റദ്ദാക്കി പുറത്തിറങ്ങുന്നു. പെൺകുട്ടിയേയും ചെറുപ്പക്കാരനെയും അവർ വീണ്ടും കണ്ടുമുട്ടുന്നു.

പാവകൾ ആ പെൺകുട്ടി സദാ കൂടെ കൊണ്ടു നടന്നിരുന്നതാണ്. ഇടയ്ക്കിടെ എടുത്തു നോക്കുകയും ചെയ്യുമായിരുന്നു. തന്റെ മരിച്ചു പോയ മാതാപിതാക്കളെയാകാം അവൾ ഇവയിൽ കണ്ടിരുന്നത്. തനിക്കു നല്ലവരെന്നു തോന്നിയ ഒരു യുവാവിനെയും യുവതിയെയും പരിചയപ്പെട്ടപ്പോഴും അവൾ മാതാപിതാക്കളെ ഓർത്തിരുന്നിരിക്കണം. അവരും താനും ഒന്നു ചേരുമ്പോൾ സ്നേഹമുള്ള ഒരു കുടുംബം രൂപപ്പെടുമെന്നും അവൾ ആഗ്രഹിച്ചിരുന്നിരിക്കണം. ആ ആഗ്രഹം സഫലമാകുന്നു എന്ന സൂചനയുമായാണ് സിനിമ അവസാനിക്കുന്നത്. കളങ്കമില്ലാത്ത സ്നേഹത്തിന്റെയും കരുതലിന്റെയും അനുഭൂതി കാണികളിലേക്കു പകരാൻ സിനിമയ്ക്കു കഴിയുന്നു.

കളർ ഓഫ് പാരഡൈസ് (1999)

മജീദ് മജീദി

അന്ധവിദ്യാർത്ഥികൾക്കുള്ള പ്രത്യേക സ്കൂളിൽ താമസിച്ചുപഠിക്കുന്ന അന്ധനായ ബാലനാണ് മുഹമ്മദ്. അവധിക്കാലത്തിനായി സ്കൂൾ അടച്ചപ്പോൾ എല്ലാവരും അവരവരുടെ വീടുകളിലേക്കു പോയി. മുഹമ്മദിന്റെ പിതാവാകട്ടെ അവനെ സ്കൂളിൽ തന്നെ താമസിപ്പിക്കാൻ വഴി നോക്കുകയാണ്. കാരണം അന്ധനായ മകനെ അക്കാരണത്താൽതന്നെ അയാൾക്ക് ഇഷ്ടമല്ല. എന്നാൽ സ്കൂൾ അധികാരി സമ്മതിക്കാതിരുന്നതിനാൽ മുഹമ്മദിനെ തിരികെ കൊണ്ടുപോകാൻ അയാൾ നിർബന്ധിതനാകുന്നു.

അയാളുടെ ഭാര്യ നേരത്തെ മരിച്ചതാണ്. ഒരു രണ്ടാം വിവാഹത്തിന് ഒരുങ്ങുകയാണ്. ഒരു ബന്ധം ഏതാണ്ടൊക്കെ പറഞ്ഞുറപ്പിച്ചിട്ടുണ്ട്. മകൻ അന്ധനാണെന്നറിയുമ്പോൾ അതൊരു മോശം ലക്ഷണമായി കണ്ട് അവർ വിവാഹത്തിൽനിന്നു പിന്മാറുമോ എന്നാണ് അയാളുടെ ആശങ്ക. അതിനാൽ മുഹമ്മദിനെ വീട്ടിൽനിന്നു മാറ്റിനിറുത്താൻ അയാൾ ഒരുങ്ങുന്നു.

ഇതിനിടെ ജനിച്ച വീട്ടിലും ഗ്രാമത്തിലും മടങ്ങിയെത്തിയ മുഹമ്മദ് സന്തോഷത്തോടെ തന്റെ സഹോദരിമാർക്കൊപ്പം ജീവിതം ആസ്വദിക്കുകയാണ്. സഹോദരിമാരുടെ സ്കൂളിൽ പോകുന്ന മുഹമ്മദ് അവിടെ ബ്രെയിൽ ലിപി ഉപയോഗിച്ചു പാഠം വായിച്ച് അവരുടെയെല്ലാം പ്രശംസ പിടിച്ചുപറ്റുന്നു. പ്രകൃതിയുമായി പ്രത്യേക സൗഹൃദമുണ്ട് മുഹമ്മദിന്. പക്ഷികളുടെ പാട്ടും പ്രകൃതിയിലെ മറ്റു ശബ്ദങ്ങളും ഗന്ധങ്ങളും അവൻ ആസ്വദിക്കുന്നു. തൊട്ടും താലോലിച്ചും അവൻ പ്രകൃതിയെ അറിയുന്നു.

ഭാവിവധുവിന്റെ കുടുംബത്തിൽ നിന്നു മുഹമ്മദിനെ മറച്ചുവയ്ക്കുന്നതിനായി പിതാവ് അവനെ അന്ധനായ ഒരു മരാശാരിയുടെ അടുക്കൽ പണി പഠിക്കുന്നതിനായി കൊണ്ടു ചെന്നാക്കുന്നു. അവിടെ മരാശാരിയുമായി ദൈവത്തെകുറിച്ചു മുഹമ്മദ് ചില തർക്കങ്ങളിൽ ഏർപ്പെടുന്നുണ്ട്. ദൈവം തന്നെ സ്നേഹിക്കുന്നുവെങ്കിൽ എന്തുകൊണ്ട്

കാഴ്ചയില്ലാത്തവനായി ജനിപ്പിച്ചു എന്നതാണു മുഹമ്മദിന്റെ ചോദ്യം. കണ്ണുകളില്ലാത്തതിനാൽ ദൈവം തങ്ങളെ കൂടുതൽ സ്നേഹിക്കുന്നുണ്ടെന്ന് പഠിച്ച അന്ധവിദ്യാലയത്തിലെ അദ്ധ്യാപകൻ പറഞ്ഞുകൊടുത്തിട്ടുണ്ട്. എന്നാൽ മുഹമ്മദിന് അതു ബോദ്ധ്യമായിട്ടില്ല. അദ്ധ്യാപകൻ പറഞ്ഞതാണ് ശരിയെന്നു മരാശാരി പറയുന്നുണ്ടെങ്കിലും അയാൾക്ക് അതു വിശദീകരിക്കാൻ കഴിയുന്നില്ല.

ഇതിനിടെ മുഹമ്മദിന്റെ വൃദ്ധയായ അമ്മാമ്മ അവനെ അന്വേഷിക്കുന്നു. അവനെ തന്റെ മകൻ ദൂരെയെങ്ങോ മാറ്റി നിറുത്തിയിരിക്കുകയാണെന്നറിയുന്ന അവർ ദുഃഖിതയാകുന്നു. വൃദ്ധയായ അവർ വീടുവിട്ടുപോകുന്നു. അവരെ തിരികെ കൊണ്ടുവരാൻ മകൻ ശ്രമിക്കുന്നുണ്ട്. ബാല്യത്തിൽ തന്റെ പിതാവും പിന്നീടു ഭാര്യയും മരിച്ചതിനെ കുറിച്ചും മകൻ അന്ധനായതിനെ കുറിച്ചും അയാൾ അമ്മയോടു പരിതപിക്കുന്നുണ്ട്. ബോധരഹിതയായി പോകുന്ന അമ്മയെ അയാൾ തിരികെ വീട്ടിലേക്കുകൊണ്ടു വരുന്നെങ്കിലും അവർ താമസിയാതെ മരണമടയുന്നു.

രണ്ടാം കല്യാണത്തിനൊരുങ്ങിയിരുന്ന സ്ത്രീയുടെ വീട്ടുകാർ, ഈ മരണം ഒരു അപശകുനമായി കണ്ട് വിവാഹാലോചനയിൽ നിന്നു പിന്മാറുകയാണ്. പ്രതീക്ഷകളെല്ലാം നശിച്ച മുഹമ്മദിന്റെ പിതാവ് അവനെ തിരികെ കൊണ്ടുവരാൻ തീരുമാനിക്കുന്നു. നിരാശനും ലജ്ജിതനുമാണ് അയാൾ. അന്ധനായ മരാശാരിയുടെ പക്കൽ നിന്ന് മുഹമ്മദുമായി വനത്തിലൂടെ മടങ്ങുമ്പോൾ അവർക്ക് ദുർബലമായ ഒരു മരപ്പാലം കടക്കേണ്ടി വരുന്നു. പാലം തകർന്ന് മുഹമ്മദ് പുഴയിലേക്കു വീഴുന്നു. ആ ബാലൻ ഒഴുക്കിൽ പെട്ടു. പിതാവ് അതു നോക്കി നിൽക്കുകയാണ്. എന്നും തന്നെ സംബന്ധിച്ച് ഭാരവും നാണക്കേടുമായിരുന്ന

മകൻ ഇതോടെ ഇല്ലാതാകുമെങ്കിൽ അതു നല്ലതല്ലേ എന്ന് അയാൾ ഒരു നിമിഷം ചിന്തിച്ചിരിക്കാം. അടുത്ത നിമിഷം തീരുമാനം മാറ്റി അയാൾ പുഴയുടെ ഒഴുക്കിലേക്ക് എടുത്തു ചാടുന്നു. മകനെ രക്ഷിക്കാനാണ് അയാളുടെ ശ്രമം. കുത്തൊഴുക്കിലൂടെ അകന്നു പോകുന്ന മകനു പിന്നാലെ അയാളും നീങ്ങുന്നു.

ഒടുവിൽ കടൽതീരത്ത് പിതാവും മകനും നിശ്ചലരായി കിടക്കുന്നതാണ് നാം കാണുന്നത്. മകനരികിലേക്ക് അവശനായ പിതാവ് നിരങ്ങി നീങ്ങി ചെല്ലുന്നു. അവന്റെ ദേഹം മടിയിൽ വച്ച് മാനത്തേക്കു നോക്കി അയാൾ വിലപിക്കുകയാണ്.

അപ്പോൾ ഒരു മരംകൊത്തിയുടെ ശബ്ദം കേൾക്കാം. അതു കേൾക്കുമ്പോൾ മുഹമ്മദിന്റെ വിരലുകൾ ചെറുതായി അനങ്ങുന്നു. ബ്രെയിലി ലിപികൾ വായിക്കുന്നതുപോലെ....

നിർമ്മലസ്നേഹത്തിന്റെയും പ്രത്യാശയുടെയും കഥ പറയുന്ന മനോഹരമായ ഒരു ചലച്ചിത്രമാണ് ദ കളർ ഓഫ് പാരഡൈസ്.

ലൈഫ് ഈസ് ബ്യൂട്ടിഫുൾ (1997)

റോബെർട്ടോ ബെനിഞ്ഞി

രണ്ടാം ലോകമഹായുദ്ധകാലം. നാസികൾ ലോകമെങ്ങുമുള്ള യഹൂദരെ വേട്ടയാടുകയാണ്. യഹൂദ യുവാവായ ഗ്വിദോ, ഭാര്യയായ ഡോറോ, മകൻ നാലു വയസ്സുകാരനായ ജോഷ്വ എന്നിവർ സന്തോഷത്തോടെ കഴിഞ്ഞുവരുമ്പോഴാണ് ഇറ്റലിയിൽ യുദ്ധം പിടിമുറുക്കുന്നത്. അതിനു മുമ്പു തന്നെ യഹൂദവിരോധവും ഫാസിസവും അവിടെ പടരുന്നുണ്ട്.

ഗ്വിദോയും മകൻ ജോഷ്വായും കോൺസൻട്രേഷൻ ക്യാമ്പിൽ അടക്കപ്പെടുന്നു. കോൺസൻട്രേഷൻ ക്യാമ്പ് ഭീകരതകളുടെ താവളമായ തടവറയാണ്. തങ്ങൾ തടവറയിൽ കഴിയുകയാണെന്നും ദുരന്തമായി തീർന്നേക്കാം തങ്ങളുടെ ഭാവിജീവിതമെന്നും ഉള്ള സത്യം ബാലനായ മകനിൽനിന്നു മറച്ചുവയ്ക്കാൻ ഗ്വിദോ ആഗ്രഹിക്കുന്നു. അതിനായി ഗ്വിദോ മകനോട് ഒരു കള്ളം പറയുകയാണ്. തടവറ ഒരു കളിസ്ഥലമാണെന്നും തങ്ങൾ പ്രത്യേകമായ ഒരു കളിയിൽ ഏർപ്പെട്ടിരിക്കുകയാണെന്നും അയാൾ മകനെ വിശ്വസിപ്പിക്കുന്നു. താൻ പറയുന്നതു

പോലെ ശ്രദ്ധാപൂർവ്വം കളിച്ചാൽ തങ്ങൾക്കു പോയിന്റുകൾ കിട്ടും. ഒടുവിൽ തങ്ങൾ വിജയിക്കുകയും ചെയ്യും. ബാലനു വളരെ ഇഷ്ടമുള്ള ഒരു പട്ടാളടാങ്ക് ആണ് സമ്മാനമെന്നും ഗ്വിദോ പറഞ്ഞിട്ടുണ്ട്.

ഇതു പ്രകാരം ഗ്വിദോയുടെ നിർദേശങ്ങൾ ശിരസ്സാ വഹിക്കുകയാണ് ബാലൻ. ബാലനെ കോൺസൻട്രേഷൻ ക്യാമ്പിലെ പട്ടാളക്കാരുടെ ശ്രദ്ധയിൽനിന്നു മറച്ചുവയ്ക്കുന്നതിനാണ് ഗ്വിദോ കളിയുടെ ചട്ടങ്ങൾ ഉപയോഗിക്കുന്നത്. ഇതൊരു തരം ഒളിച്ചുകളിയാണെന്ന് അയാൾ ജോഷ്വയോടു പറഞ്ഞിട്ടുണ്ട്. ക്യാമ്പിൽ നിന്നു ഓരോ ദിവസവും മുതിർന്ന തടവുകാരെ കഠിനമായ ജോലികൾക്കു കൊണ്ടുപോകും. മകനെ ഒളിച്ചിരിക്കാൻ ചട്ടം കെട്ടിയിട്ടാണ് ഗ്വിദോ ഇതിനായി പോകുക. തിരികെ വരുന്നതു വരെ കളിയിൽ തോല്ക്കാതിരിക്കാനെന്ന വിചാരത്തോടെ മകൻ ഒളിച്ചിരിക്കുന്നു. കരയുക, അമ്മയെ കാണണമെന്നു പറയുക, വിശക്കുകയാണെന്നു പരാതിപ്പെടുക തുടങ്ങിയവയെല്ലാം പോയിന്റുകൾ കുറയ്ക്കുന്ന പരിപാടികളാണ്. അതുകൊണ്ട് അതൊന്നും ചെയ്യരുത്. ജോഷ്വ കഴിയുന്നത്ര അതു പാലിക്കുന്നു. ക്യാമ്പിലെ കുട്ടികൾ ഓരോരുത്തരായി അപ്രത്യക്ഷരാകുന്നുണ്ട്. അവർ കളിയിൽ ജയിക്കുന്നതിനായി ഒളിച്ചിരിക്കുകയാണെന്നാണ് ഗ്വിദോ മകനോടു പറയുന്നത്. വാസ്തവത്തിൽ കുട്ടികളെ പട്ടാളക്കാർ കൊന്നുകളയുന്നതാണ്.

ദിവസങ്ങൾ കടന്നുപോയി. അമേരിക്കൻ സൈന്യം ഇറ്റലിയിൽ ഫാസിസ്റ്റുകൾക്കെതിരായ പോരാട്ടം തുടങ്ങിയിട്ടുണ്ട്. ഒരു ദിവസം ഭാര്യ ഡോറയെ അന്വേഷിക്കാൻ ശ്രമിക്കുന്നതിനിടെ ഗ്വിദോയെ പട്ടാളക്കാർ പിടി കൂടുന്നു. അവർ അയാൾക്കു വധശിക്ഷ വിധിച്ചു. വെടി വച്ചു കൊല്ലാനായി ഗ്വിദോയെ പട്ടാളക്കാർ കൊണ്ടു പോകുകയാണ്. ഗ്വിദോയുടെ നിർദേശപ്രകാരം ഒരു പെട്ടിയിൽ ഒളിച്ചിരിക്കുകയായിരുന്ന ബാലൻ ഇതു കാണുന്നു. മകൻ തന്നെ കണ്ടു എന്നു മനസ്സിലാക്കുന്ന ഗ്വിദോ ഒരു കോമാളിയെ പോലെ ചുവടു വച്ചു പോകുന്നു. കൊല്ലപ്പെടാൻ പോകുമ്പോഴും മകനെ ചിരിപ്പിക്കാൻ ശ്രമിക്കുകയാണ് ഗ്വിദോ. അവസ്ഥയുടെ ഭീകരത മകനെ അറിയിക്കാതിരിക്കാനും ഇതെല്ലാം ഒരു കളി തന്നെയാണെന്ന് ആവർത്തിച്ചുബോദ്ധ്യപ്പെടുത്താനും അയാൾ അന്ത്യനിമിഷത്തിലും ശ്രമിക്കുന്നു. അച്ഛനും പട്ടാളക്കാരും ബാലന്റെ കണ്ണുകളിൽ നിന്നു മറഞ്ഞു. അല്പം കഴിയുമ്പോൾ ഒരു വെടിയൊച്ച കേൾക്കുന്നു. ഗ്വിദോ വധിക്കപ്പെട്ടതാണ് അത്. എന്നാൽ ബാലന് അതു മനസ്സിലാകുന്നില്ല. അവൻ അച്ഛന്റെ നിർദേശപ്രകാരം കളിയിൽ തുടരുകയാണ്.

വൈകാതെ അമേരിക്കൻ പട്ടാളം ക്യാമ്പ് പിടിച്ചെടുക്കുന്നു. അവരുടെ പട്ടാളടാങ്ക് ക്യാമ്പിലേക്കു കടന്നുവരുന്നു. തങ്ങൾ കളി ജയിച്ചുവെന്നും ജയിച്ചവർക്കുള്ള സമ്മാനമെന്ന് അച്ഛൻ പറഞ്ഞ ടാങ്കാണു വരുന്നതെന്നും ജോഷ്വ കരുതുന്നു. അവൻ ടാങ്കിനു മുമ്പിൽ നിൽക്കുന്നു. അവന്റെ മുമ്പിൽ വന്നുനിറുത്തിയ ടാങ്കിൽനിന്ന് ഒരു പട്ടാളക്കാരൻ

ഇറങ്ങി വന്ന് ബാലനെ എടുത്ത് അതിലേക്കു കയറ്റുന്നു. ബാലനെയും വഹിച്ചു ടാങ്ക് മുമ്പോട്ടു നീങ്ങുന്നു. ക്യാമ്പിൽ നിന്നു മോചിതരായി വീടുകളിലേക്കു നീങ്ങുന്ന ആൾക്കൂട്ടത്തിൽ താൻ ഏറെ കാത്തിരുന്ന അമ്മയെ ബാലൻ കാണുന്നുണ്ട്.

ഫാസിസത്തിന്റെ ക്രൂരതയും ബാല്യത്തിന്റെ നിഷ്കളങ്കതയും ആ നിഷ്കളങ്കതയെ പരിക്കേൽക്കാതെനോക്കാൻ മുതിർന്നസമൂഹം പുലർത്തേണ്ട ജാഗ്രതയും ഈ സിനിമ വിശദീകരിക്കുന്നു.

സംവിധായകനായ റോബെർട്ടോ ബെനിഞ്ഞി തന്നെയാണ് ഇതിലെ നായകനെയും അവതരിപ്പിച്ചിരിക്കുന്നത്.

ബാഷു, ദ ലിറ്റിൽ സ്ട്രേഞ്ചർ (1986)
ബെറാം ബെയ്സായ്

ഇറാൻ-ഇറാഖ് യുദ്ധത്തിൽ അനാഥനായ ഒരു ബാലനാണ് ബാഷു. ദക്ഷിണ ഇറാഖിലെ ഒരു ഗ്രാമവാസിയായ അവൻ യുദ്ധക്കെടുതി കളിൽനിന്നു രക്ഷ തേടി ഒരു ചരക്കുലോറിയിൽ കയറി പലായനം ചെയ്യുന്നു. ചെന്നുപെടുന്നത് ഏറെ ദൂരെ തീർത്തും അപരിചിതമായ വടക്കൻ ഇറാഖിലാണ്. അവിടെ നായി എന്നു പേരുള്ള ഒരു സ്ത്രീയുടെ പക്കൽ അവൻ അഭയം നേടുന്നു.

നായിക്ക് ബാഷുവിനേക്കാൾ ചെറിയ രണ്ടു മക്കളുണ്ട്. സ്വന്തം കൃഷി യിടത്തിൽ കഠിനമായി അദ്ധ്വാനിച്ചാണ് ആ കുടുംബം കഴിയുന്നത്. അവരുടെ മുൻസൈനികനായ ഭർത്താവ് ജോലി അന്വേഷിച്ചു വീടു വിട്ടു പോയിട്ട് ഏറെക്കാലമായി.

ബാഷുവിനെ സംശയത്തോടെയാണ് നായി ആദ്യം നോക്കുന്നത്. പിന്നീടു മടിച്ചു മടിച്ച് അവന് അവിടെ അഭയം കൊടുക്കുന്നു. ഒടുവിൽ അവൻ അവിടെ ഒരു കുടുംബാംഗത്തെ പോലെ ആയിതീരുന്നുണ്ട്. ബാഷുവിന്റെയും അവൻ ചെന്നു ചേർന്ന നാട്ടിലെയും ഭാഷകളും സംസ്കാരങ്ങളും വ്യത്യസ്തങ്ങളാണ്. കാഴ്ചയിൽ പോലുമുണ്ട് വ്യത്യ സ്തത. എന്നാൽ നിഷ്കളങ്കമായ സ്നേഹവാത്സല്യങ്ങളുടെ ഭാഷയാൽ അവർ ഈ വൈജാത്യങ്ങളെ മറികടക്കുന്നു. ഒടുവിൽ നായിയേ അവൻ അമ്മ എന്നു വിളിക്കാൻ തുടങ്ങുന്നു. നായി രോഗിണിയാകുമ്പോൾ ബാഷുവാണ് ശുശ്രൂഷയ്ക്കുമുന്നിൽ നിൽക്കുന്നത്.

യുദ്ധത്തിൽ അഗ്നിക്കിരയായി മരിച്ച അമ്മയുടെ ഭീതിദമായ ഓർമ്മ കൾ നായിയെ തുടർച്ചയായി വേട്ടയാടുന്നുണ്ട്. ചിലപ്പോൾ അവൻ നായിയേയും മക്കളെയും വിട്ടു പോകാൻ ശ്രമിക്കുന്നുണ്ടെങ്കിലും നട ക്കുന്നില്ല.

ബാഷുവിന്റെ കാര്യം നായി ഭർത്താവിനെ കത്തിലൂടെ അറിയി ക്കുന്നു. അവനെ സംരക്ഷിക്കേണ്ടതില്ലെന്ന് ഭർത്താവ് മറുപടി എഴുതു ന്നെങ്കിലും നായി അത് അവഗണിക്കുന്നു.

കൃഷിജോലികളിൽ ബാഷു അവർക്കു വലിയ സഹായമാകുന്നു. വിളവെടുക്കാനും ചന്തയിൽ കൊണ്ടുപോയി വിൽക്കാനുമൊക്കെ അവൻ സഹായിക്കുന്നു. ബാഷുവിനെ നായിയുടെ വീട്ടിൽ സംരക്ഷിക്കുന്നതിനെ ഗ്രാമവാസികൾ ആക്ഷേപിക്കുകയും പുച്ഛിക്കുകയും ചെയ്യുന്നുണ്ട്. ബാഷുവിന്റെ കറുത്ത നിറവും സംസാരവും അവനെ ഗ്രാമീണർക്കിടയിൽ ഒരു പരിഹാസപാത്രമാക്കുന്നു. ബുദ്ധിയും വിദ്യാഭ്യാസവും ഇല്ലാത്ത ഒരാൾ എന്ന പ്രതിച്ഛായയാണ് ഗ്രാമീണർക്ക് അവനെ കുറിച്ചുള്ളത്. കരിക്കഷണം എന്നാണ് അവനെ വിളിക്കുന്നത്. മുതിർന്നവരെ പോലെ അവിടത്തെ കുട്ടികളും ബാഷുവിനെ നിന്ദാപാത്രമായി കാണുന്നു. അങ്ങനെയൊരു ഘട്ടത്തിൽ ബാഷു ഒരു പാഠപുസ്തകമെടുത്ത് അതിൽ നിന്നൊരു ഭാഗം മറ്റുള്ളവരെ വായിച്ചു കേൾപ്പിക്കുന്നുണ്ട്. “നമ്മളെല്ലാം ഇറാനിന്റെ മക്കളാണ്” എന്നു പറയുന്ന ആ പാഠഭാഗത്തിന്റെ വായന പൊടുന്നനെ കുട്ടികൾക്കിടയിൽ ബാഷുവിനുണ്ടായിരുന്ന മോശം പ്രതിച്ഛായ നീക്കിക്കളയുന്നു. ബാഷു അക്ഷരമറിയാത്ത, സംസാരിക്കാൻ പോലുമറിയാത്ത ഒരു കുട്ടിയെന്നാണ് അവർ മുമ്പു ധരിച്ചിരുന്നത്. ബാഷുവിന് കണക്കറിയാമെന്നും വെളിപ്പെടുന്നു. അവൻ മനോഹരമായി ഓടക്കുഴൽ വായിക്കുകയും ചെയ്യും.

ഒടുവിൽ ഏറെ നീണ്ട കാത്തിരിപ്പിനൊടുവിൽ നായിയുടെ ഭർത്താവ് മടങ്ങി വരുന്നു. പക്ഷേ അയാൾ പണമൊന്നും സമ്പാദിച്ചിട്ടില്ല. മാത്രവുമല്ല, അപകടകരമായ ഏതോ ജോലി ചെയ്യുമ്പോൾ ഒരു കൈ മുറിഞ്ഞു പോയിട്ടുമുണ്ട്.

തന്റെ നിർദേശത്തിനു വിരുദ്ധമായി ബാഷുവിനെ വീട്ടിൽ താമസിപ്പിച്ചതിനു ഭർത്താവ് നായിയോടു ദേഷ്യപ്പെടുന്നു. പണം സമ്പാദിക്കാത്തതിനെയും സ്വന്തം കൈ നഷ്ടപ്പെടുത്തിയതിനെയും കുറിച്ചു നായി

ഭർത്താവിനെയും കുറ്റപ്പെടുത്തുന്നു. തർക്കവും കരച്ചിലും രൂക്ഷമാകുമ്പോൾ അതു കണ്ടുകൊണ്ട് ബാഷു കൃഷിയിടത്തിൽ നിന്ന് ഓടി വരികയാണ്. അയാളോടു ബാഷു രോഷം കൊള്ളുന്നു. നിങ്ങളാരാണ് എന്നവൻ വീറോടെ ചോദിക്കുന്നു. അമ്മയെ സംരക്ഷിക്കുന്നതിനുള്ള അവന്റെ ആത്മാർത്ഥത ശ്രദ്ധയിൽ പെട്ടതുകൊണ്ടാകാം, നായിയുടെ ഭർത്താവ് പൊടുന്നനെ മനസ്സു മാറ്റുന്നു.

“നിന്റെ പിതാവ്” എന്നയാൾ വാത്സല്യത്തോടെ മറുപടി പറയുന്നു. അവർ ആലിംഗനബദ്ധരാകുന്നു. കൃഷിയിടത്തിലിറങ്ങിയ കാട്ടുപന്നിയെ ഓടിക്കാൻ നായിയുടെ നേതൃത്വത്തിൽ ഈ കുടുംബമൊന്നാകെ ഒച്ച വച്ച് ഓടുമ്പോൾ സിനിമ തീരുന്നു.

ഇറാനിൽ നിന്നുള്ള ഏറ്റവും മികച്ച സിനിമകളിലൊന്നായി ‘ബാഷു എന്ന കൊച്ചപരിചിതനെ’ സിനിമാനിരൂപകർ വിലയിരുത്തിയിട്ടുണ്ട്. ഭാഷയ്ക്കും സംസ്കാരത്തിനും മാത്രമല്ല, രക്തബന്ധങ്ങൾക്കുപോലും അതീതമായ നിർമ്മലമായ മാതൃസ്നേഹത്തിന്റെയും സഹോദരസ്നേഹത്തിന്റെയും ആവിഷ്കാരമാണ് ഈ സിനിമ.

(ഇറാൻ)

ദ റെഡ് ബലൂൺ (1956)
ആൽബെർട്ട് ലമോറിസ്സെ

ഒരു ബാലന് ചുവന്ന ഒരു ബലൂൺ ലഭിക്കുന്നു. അന്തരീക്ഷത്തിൽ പൊങ്ങി നീങ്ങുന്ന ഒരു ഹീലിയം ബലൂൺ. സന്തുഷ്ടനായ ബാലൻ ബലൂണുമായി പോകുന്നു. താമസിയാതെ അവനൊരു കാര്യം മനസ്സിലായി. ബലൂണിന് എന്തോ അദ്ഭുത ശക്തിയുണ്ട്. ചരടു വിട്ടാനും ബലൂൺ അവന്റെയൊപ്പം തന്നെ നീങ്ങുന്നു.

താമസിക്കുന്ന ഫ്ളാറ്റിനകത്തേക്ക് ബലൂൺ പ്രവേശിപ്പിക്കാൻ അമ്മ ഒരുക്കമല്ല. അവർ ജനൽ തുറന്നു ബലൂണിനെ പുറത്തേക്കു പറത്തി വിടുന്നു. പക്ഷേ ബാലൻ പുറത്തു വരുന്നതു കാത്ത് ബലൂൺ പുറത്തു തങ്ങിനിൽക്കുന്നു.

ബലൂണുമായി ബാലൻ സ്കൂളിലേക്കു പോകുന്നു. കുട്ടികൾക്കിടയിൽ ഇതു വലിയ ബഹളം സൃഷ്ടിക്കുന്നു. എല്ലാവരും ബലൂൺ

കരസ്ഥമാക്കാനുള്ള മത്സരത്തിലാകുന്നു. പക്ഷേ ബലൂൺ ആർക്കും പിടി കൊടുക്കുന്നില്ല. അതു തന്റെ പ്രിയകൂട്ടുകാരനൊപ്പം മാത്രം നീങ്ങുന്നു. മറ്റു കുട്ടികൾ അസൂയാലുക്കളാകുന്നു.

ബലൂണിനോടുള്ള കുട്ടികളുടെ ആഗ്രഹവും ബഹളങ്ങളും ശല്യ മായി തോന്നുന്ന അദ്ധ്യാപകൻ ബാലനെ ഒരു പകൽ മുഴുവൻ ഒരു മുറിയിൽ പൂട്ടിയിടുന്നു. പക്ഷേ അദ്ധ്യാപകനെയും ബലൂൺ കബളി പ്പിക്കുന്നു. ബാലനെ തുറന്നുവിടുമ്പോൾ ബലൂണും അവനൊപ്പം പോകുന്നു.

പാരീസ് നഗരത്തിലൂടെയുള്ള യാത്രകളിൽ ബലൂൺ സദാ ബാല നൊപ്പം ഉണ്ട്. ജനങ്ങൾ ഇതു കൗതുകത്തോടെയും ജിജ്ഞാസയോ ടെയും അസൂയയോടെയും എല്ലാം ശ്രദ്ധിക്കുന്നുണ്ട്.

ബലൂണിനു ബാലന്റെ മനസ്സറിയാനുള്ള കഴിവുണ്ടെന്നും തിരിച്ചറി യപ്പെടുന്നുണ്ട്. ഒരിക്കൽ ഒരു പെൺകുട്ടിയുടെ ചിത്രത്തിനു മുമ്പിൽ സ്നേഹപൂർവ്വം നോക്കി നിന്നിട്ടു ബാലൻ നടന്നുനീങ്ങുമ്പോൾ എതിരെ ഒരു പെൺകുട്ടി ഒരു നീല ബലൂണുമായി നടന്നു വരുന്നു. കുറച്ചു കഴിയു മ്പോൾ ആ നീല ബലൂൺ ചുവന്ന ബലൂണിനൊപ്പം ബാലന്റെ കൂടെ പോരികയാണ്. ആ പെൺകുട്ടി ഓടി വരും. ബാലൻ അവളുടെ നീലബലൂൺ അവൾക്കു തിരികെ നൽകുന്നു.

ഇതിനകം നഗരത്തിലെ വികൃതികളായ കുട്ടികൾക്കെല്ലാം ഈ ബലൂൺ ഒരു മോഹമാകുന്നു. അവർക്ക് ഒരിക്കലും അതു കൈക്കലാക്കാൻ കഴി യുന്നില്ല. എന്നാൽ പിന്നെ അതിനെ നശിപ്പിച്ചേക്കാം എന്ന് അവർ തീരു മാനിക്കുന്നു. അതിനുള്ള ശ്രമങ്ങളാണ് പിന്നെ. കല്ലും കവിണയുമായി അവർ ബാലനു പിന്നാലെ നീങ്ങുന്നു. പതിയിരുന്ന് അവർ ബലൂൺ കൈക്കലാക്കുകയും വേറൊരു ചരടു കൊണ്ടു ബന്ധിക്കുകയും ചെയ്യുന്നു. എങ്കിലും ബാലൻ അവരിൽ നിന്നു ബലൂൺ വീണ്ടെടുത്ത് ഓടി രക്ഷപ്പെടാൻ ശ്രമിക്കുന്നു. അക്രമാസക്തമായ രീതിയിൽ മറ്റു കുട്ടി കൾ അവനെ ഓടിക്കുന്നു. കുറെ ഇടുങ്ങിയ പാതകളിലൂടെ കഴിയുന്നത്ര വേഗത്തിൽ ഓടുകയാണു ബാലൻ. ഏതു വിധേനയും തന്റെ ബലൂ ണിനെ അക്രമികളിൽ നിന്നു രക്ഷിക്കുകയാണ് അവന്റെ ലക്ഷ്യം.

ഓടിയോടി അവൻ ഒരു കുന്നിൻമുകളിലേക്ക് എത്തുന്നു. പക്ഷേ അവിടെ വച്ച് ബലൂണിനെ കല്ലു വച്ചെറിയുന്നതിൽ അക്രമികളായ കുട്ടികൾ വിജയിക്കുകയാണ്. ബലൂൺ പതുക്കെ ചുരുങ്ങാൻ തുടങ്ങുന്നു. അതു നിലം പതിക്കുന്നു. ഒരു കുട്ടി അതിനെ ചവിട്ടി പൊട്ടിക്കുന്നു.

പക്ഷേ ആ നിമിഷം മുതൽ പാരീസ് നഗരത്തിലുള്ള മുഴുവൻ ബലൂണുകളും അവയുടെ ഉടമസ്ഥരിൽനിന്നു വിട്ടു പറന്നുയരാൻ തുടങ്ങി. പല നിറത്തിലും വലിപ്പത്തിലുമുള്ള അനേകം ബലൂണുകൾ അന്തരീക്ഷത്തിലെത്തി. അവയെല്ലാം ആകാശത്തിലൂടെ ഏതോ

ലക്ഷ്യത്തിലേക്കു നീങ്ങുകയാണ്. വൈകാതെ അവയുടെ ലക്ഷ്യം വെളിപ്പെടുന്നു. തന്റെ മാന്ത്രികബലൂൺ തകർന്ന സങ്കടത്തിലിരിക്കുന്ന ബാലനരികിലേക്കാണ് അവ എത്തി ചേരുന്നത്. ബാലൻ ആഹ്ലാദത്തോടെ അവയെ വാരി പുണരുന്നു. ബലൂണുകളെല്ലാം കൂടിക്കലർന്ന് ബാലനെയും വഹിച്ചുകൊണ്ട് മാനത്തേക്ക് ഉയരുന്നു. ബാലനുമായി ആ ബലൂൺകൂട്ടം പാരീസിന്റെ ആകാശങ്ങളിലൂടെ നീങ്ങുന്നു.

ചുവന്ന ബലൂൺ എന്ന ഹ്രസ്വചിത്രം ഇവിടെ തീരുകയാണ്. ഈ ഫ്രഞ്ച് ചിത്രത്തിൽ സംഭാഷണങ്ങൾ ഇല്ലെന്നു പറയാം. അഥവാ, ഇടയ്ക്കു പറയുന്ന ഒന്നോ രണ്ടോ വാക്യങ്ങളുടെ അർത്ഥമറിയുക ചിത്രം ആസ്വദിക്കാൻ ആവശ്യമില്ല. ആദ്യമായി ഒരു ഹ്രസ്വചിത്രത്തിന്റെ തിരക്കഥയ്ക്ക് ഓസ്കാർ അവാർഡ് ലഭിക്കുന്നത് ഇതിനാണ്.

പല തരത്തിൽ വ്യാഖ്യാനിക്കാവുന്നതാണ് ഈ ചിത്രം. ക്രൈസ്തവികതയുമായി ബന്ധപ്പെടുത്തി ഇതിനെ വ്യാഖ്യാനിച്ചവരും ഉണ്ട്. അക്രമികളായ കുട്ടികളെ മറികടന്ന് മലമുകളിലേക്കുള്ള ബാലന്റെ പ്രയാണം യേശുവിന്റെ കാൽവരിയാത്രയാണ്. അവിടെ യേശു കൊല്ലപ്പെടുന്നു. പിന്നീട് ഉയിർക്കുകയും സ്വർഗത്തിലേക്ക് ആരോഹണം ചെയ്യുകയും ചെയ്യുന്നു.

നിങ്ങൾ തീവ്രമായി ആഗ്രഹിക്കുന്നത് നിങ്ങൾക്കു സ്വന്തമാകുമെന്ന നവയുഗ പ്രചോദനചിന്തയെന്ന് ഉപരിപ്ലവമായും വ്യാഖ്യാനിക്കാം. ഏതായാലും, ഒരു നാടോടിക്കഥ പോലെ സുന്ദരമായ ഈ ചിത്രം കുട്ടികൾക്കെന്ന പോലെ മുതിർന്നവർക്കും ഹൃദയസ്പർശിയായി അനുഭവപ്പെടും. ചിരിയും കരച്ചിലും മറ്റെല്ലാ വൈകാരികസംഘർഷങ്ങളും ഏതാനും മിനിറ്റുകൾക്കുള്ളിൽ പ്രേക്ഷകരെ അനുഭവിപ്പിക്കുന്ന ഒരു കലാസൃഷ്ടിയാണിത്.

(ഫ്രാൻസ്)

പഞ്ചവടിപ്പാലം (1984)

കെ.ജി. ജോർജ്

ഐരാവതക്കുഴി പഞ്ചായത്തിന്റെ പ്രസിഡന്റാണ് ദുശ്ശാസ്സനക്കുറുപ്പ്. അഴിമതി നടത്താനും ആളാകാനും വഴികൾ തേടുന്ന ഒരു നേതാവാണ യാൾ. ഭാര്യ മണ്ഡോദരിയമ്മയും ശിങ്കിടി ശിഖണ്ഡിപ്പിള്ളയും മറ്റുമാണ് ഉപദേശകർ. പഞ്ചായത്ത് കമ്മിറ്റിയിലെ പരിധി വിട്ട പോരുകൾ, അധി കാരതർക്കങ്ങൾ, അവിശ്വാസപ്രമേയത്തെ നേരിടുന്നതിനുള്ള ചാക്കിട്ടു പിടിത്തങ്ങൾ തുടങ്ങിയവയെല്ലാം അരങ്ങേറുന്നുണ്ട്. അഴിമതി നടത്തി ജനങ്ങളുടെ പണം തട്ടാൻ അവസരം കിട്ടുമ്പോൾ ഭരണപക്ഷവും പ്രതി പക്ഷവും എല്ലാം ഒന്നിക്കുന്നതും കാണാം.

ചക്രക്കസേരയിൽ നിരങ്ങി നീങ്ങുന്ന കാലില്ലാത്ത കാത്തൊരയൻ പൗരബോധമുള്ള ഒരാളാണ്. ഒരു മന്ത്രിയുടെ പ്രസംഗം കേട്ടിട്ടെത്ര നാളായി എന്നു കാത്തൊരയൻ പരിഭവപ്പെടുന്നു. വല്ലവരും ഇവിടെ വല്ല കടയെങ്കിലും തുടങ്ങിയാലല്ലേ ഉദ്ഘാടനത്തിനു മന്ത്രിയെ വിളിക്കാൻ കഴിയൂ എന്നു കാത്തൊരയനോടു പഞ്ചായത്ത് പ്രസിഡന്റിന്റെ ഉപദേശ കനായ ശിഖണ്ഡിപ്പിള്ള പറയുന്നു.

“ഫല്ലിടാമല്ലോ,” എന്നാണ് പൗരന്റെ മറുപടി. അതായതു തറക്കല്ല്. നടപ്പാകാൻ സാദ്ധ്യതയില്ലാത്ത പദ്ധതികളുടെ തറക്കല്ല്. മന്ത്രിമാരുടെ പ്രസംഗങ്ങൾ കേട്ടില്ലെങ്കിൽ ആകെ ഒരു വയ്യായ്കയാണെന്നും കഴിഞ്ഞ വർഷം മന്ത്രിമാരുടെ പ്രസംഗങ്ങൾ കേട്ട് താൻ കഷ്ടി എഴുന്നേറ്റു നട ക്കാൻ തുടങ്ങിയതായിരുന്നുവെന്നും കാത്തൊരയൻ പറയുന്നുണ്ട്.

തന്റെ പേര് പഞ്ചായത്തിന്റെ ചരിത്രത്തിൽ രേഖപ്പെടുത്താൻ കുറുപ്പ് ഒരു കുറുക്കുവഴി കാണുന്നു. ശിഖണ്ഡിപ്പിള്ളയാണ് ബുദ്ധി ഉപദേശിക്കുന്നത്. പഞ്ചായത്തിൽ നിലവിലുള്ള പാലം പൊളിച്ച് പകരം ഒന്നു പണിയുക. അതിന്റെ ഉദ്ഘാടനം കെങ്കേമമാക്കാം, ശിലാഫലക ത്തിൽ പേരു കൊത്താം, ഒരു പ്രതിമയും സ്ഥാപിക്കാം. കുറുപ്പും സംഘവും അതിനുള്ള കരുനീക്കങ്ങളാരംഭിക്കുന്നു. പാലത്തിന്റെ പണി കരാറു കൊടുത്ത് അതിൽ നിന്നു പണം തട്ടുകയും പ്രധാന ലക്ഷ്യ മാണ്.

ഒരു കുഴപ്പവുമില്ലാത്തതാണു പാലം. അത് അപകടത്തിലാണെന്നു പറഞ്ഞു പരത്താനാണ് ആദ്യ നീക്കം. പ്രതിപക്ഷം എതിർക്കുന്നു. അഴിമതിപ്പണം പങ്കുവയ്ക്കാമെന്ന ധാരണയിൽ കാര്യങ്ങൾക്കു തീരുമാനമാകുന്നു. പാലം പൊളിക്കുവാൻ നിരവധി നടപടിക്രമങ്ങളുണ്ടെന്നറിയുമ്പോൾ സ്ഫോടകവസ്തുക്കൾ വച്ചു പൊളിച്ചു. പുതിയതു പണിയുന്നു. പ്രസിഡന്റ് ദുശ്ശാസ്സനക്കുറുപ്പിന്റെ മകൾ പാഞ്ചാലിയുടെയും കോൺട്രാക്ടർ വൈശ്രവണപണിക്കരുടെ മകൻ ജീമൂതവാഹനന്റെയും വിവാഹവും ഇതിനിടെ നടക്കുന്നുണ്ട്.

പാലത്തിന്റെ ഉദ്ഘാടനം കെങ്കേമമായി നടക്കുന്നു. പുതിയ പാലത്തിലൂടെ വാഹനങ്ങളും ആളുകളും ആഹ്ലാദാരവങ്ങളോടെ നീങ്ങുന്നു. അഴിമതിക്കുവേണ്ടി പണിതുയർത്തിയ ഗുണമേന്മയില്ലാത്ത പാലം അതോടെ തകരുകയാണ്. ആളുകൾ ഓടി രക്ഷപ്പെടും. ഒരാൾക്കു മാത്രം രക്ഷപ്പെടാനാകുന്നില്ല. കാലുകൾക്കു സ്വാധീനമില്ലാത്ത കൊത്തൊരയന്. പുഴയിൽ ഒഴുകി നടക്കുന്ന കാത്തൊരയന്റെ ചക്രപ്പലകയാണ് ഒടുവിൽ കാണുന്നത്.

മലയാളത്തിൽ ഇറങ്ങിയിട്ടുള്ള ഏറ്റവും ശ്രദ്ധേയമായ ഒരു രാഷ്ട്രീയ ആക്ഷേപ ഹാസ്യചിത്രമായ പഞ്ചവടിപ്പാലത്തിന്റെ കഥാച്ചുരുക്കമാണിത്. കാർട്ടൂണുകളും കാരിക്കേച്ചറുകളും ചലച്ചിത്രരൂപം കൈവരിച്ചു വെള്ളിത്തിരയിലെ കഥാപാത്രങ്ങളായി വന്നത് മലയാള ചലച്ചിത്ര പ്രേക്ഷകർക്ക് ഒരു നവ്യാനുഭവമായിരുന്നു.

ദുശ്ശാസ്സനക്കുറുപ്പ്, മണ്ഡോദരിയമ്മ, പാഞ്ചാലി, ജീമൂതവാഹനൻ, ബറാബാസ്, ജഹാംഗീർ, അനാർക്കലി, ആബേൽ, യൂദാസ്കുഞ്ഞ്, വൈശ്രവണപണിക്കർ, പൂതന, ഷാജഹാൻ തുടങ്ങിയവരാണ്

കഥാപാത്രങ്ങൾ. തികച്ചും ഒരു സാങ്കല്പികലോകത്താണ് കഥ പ്രതിഷ്ഠിച്ചിരിക്കുന്നതെന്ന തുറന്നു പറച്ചിൽ കൂടിയാണ് ഇത്തരം പേരുകൾ. ഐരാവതക്കുഴി പഞ്ചായത്ത് കേരളത്തിന്റേയോ ഇന്ത്യയുടേയോ സമകാലിക സമൂഹത്തിന്റേയോ ഒരു പ്രതീകമാണെന്നു പറയാം. കാലുകൾക്കു സ്വാധീനമില്ലാത്ത കാത്തോരയൻ പൗരസമൂഹത്തെ പ്രതിനിധീകരിക്കുന്നു. ഈ പരിഹാസ്യമായ വ്യവസ്ഥിതിയുടെ യഥാർത്ഥ ഇര പൗരനാണെന്നു അയാൾ മുങ്ങി മരിച്ചെന്നു സൂചിപ്പിച്ചുകൊണ്ട് വെള്ളത്തിൽ ഒഴുകി നടക്കുന്ന ചലച്ചിത്രാന്ത്യത്തിലെ ചക്രപ്പലക അതിശക്തമായി ധ്വനിപ്പിക്കുന്നു. ഹാസ്യസാഹിത്യകാരനായ വേളൂർ കൃഷ്ണൻകുട്ടിയുടെ ഇതേ പേരിലുള്ള കഥയെ ആസ്പദമാക്കിയാണ് ചിത്രം എടുത്തിട്ടുള്ളത്.

(മലയാളം)

എലിപ്പത്തായം (1981)

അടൂർ ഗോപാലകൃഷ്ണൻ

സമ്പന്നമായിരുന്ന ഒരു തറവാട്. മധ്യവയസ്കനും അവിവാഹിതനുമായ ഉണ്ണിയും രണ്ടു സഹോദരിമാരുമാണ് അവിടെ താമസം. ഇവരുടെ മൂത്ത സഹോദരിയെ വിവാഹം ചെയ്ത് അയച്ചിട്ടുണ്ട്.

ഉണ്ണിയോടൊപ്പമുള്ള സഹോദരിമാരിൽ മൂത്തയാളുടെ വിവാഹപ്രായം കഴിഞ്ഞു. എന്നാൽ കുടുംബനാഥന്റെ ഉത്തരവാദിത്വമേറ്റെടുക്കാനോ സഹോദരിയെ വിവാഹം കഴിപ്പിക്കുന്നതിനു മുൻകൈയെടുക്കാനോ ഉണ്ണി തയ്യാറല്ല. സഹോദരിയോടുള്ള സ്നേഹക്കുറവൊന്നുമല്ല അതിനു കാരണം. അയാൾ തികച്ചും നിഷ്ക്രിയനും നിസ്സംഗനുമാണ്. ലോകം മാറുന്നത് അയാൾ അറിയുന്നില്ല. ലോകത്തോടൊപ്പം മാറാൻ അയാൾക്കു കഴിയുന്നില്ല. മാറ്റത്തോട് അയാൾക്കു പുച്ഛവുമുണ്ട്.

ഉമ്മറത്ത് ചാരുകസാലയിൽ മിക്കപ്പോഴും പത്രം വായിച്ചിരിക്കുകയാണ് അയാളുടെ പണി. ഒരു ഗ്ലാസ് വെള്ളം വേണ്ടി വന്നാൽ പോലും അകത്തേക്കു നോക്കി രാജമ്മോ എന്നു നീട്ടി വിളിക്കുകയേയുള്ളൂ. രാജമ്മ വെള്ളം കൊണ്ടു കൊടുക്കണം.

ഒരു ദിവസം മുറ്റത്തെ തെങ്ങിൻതൈകൾ ഒരു പശു വന്നു തിന്നു നശിപ്പിക്കുകയാണ്. ചാരുകസാലയിൽ കിടന്ന് ഇതു കാണുന്ന ഉണ്ണി പശുവിനെ നോക്കി ദുർബലമായി ഒന്നു മൂളുക മാത്രം ചെയ്യുന്നു. പിന്നെ അകത്തേക്കു നോക്കി രാജമ്മോ എന്നു വിളിക്കുന്നു. പല തവണ വിളിച്ചതിനുശേഷം രാജമ്മ വരുമ്പോൾ ഉണ്ണി പതുക്കെ പറയുന്നു, “പശു.” അപ്പോഴേക്കും പശു പകുതിയും തിന്നുതീർത്തിരുന്നു. രാജമ്മ വേഗത്തിൽ ഇറങ്ങിച്ചെന്നു പശുവിനെ ഓടിച്ചുവിടുന്നു.

മറ്റൊരിക്കൽ രാത്രി സഹോദരിമാർ ഇരുവരുംകൂടി വന്നു ഉറങ്ങിക്കിടക്കുന്ന ഉണ്ണിയെ വിളിച്ചുണർത്തുന്നു. പറമ്പിൽ കള്ളന്മാർ കയറിയിട്ടുണ്ടെന്നും തേങ്ങ ഇട്ടുകൊണ്ടു പോകുകയാണെന്നും അവർ അറിയിക്കുന്നു. കിടന്നിടത്തുനിന്ന് എണീക്കാൻ ഉണ്ണി തയ്യാറല്ല. നിങ്ങൾക്കു തോന്നിയതായിരിക്കും എന്നു പറഞ്ഞ് തിരിഞ്ഞുകിടന്നുറങ്ങുകയാണ്

അയാൾ. മടിയോടൊപ്പം പേടിയും അയാൾക്കുണ്ട്. പ്രശ്നങ്ങളെ നേരിടാൻ ഉണ്ണി തയ്യാറല്ല. രാജമ്മയ്ക്കുവേണ്ടി ഒരു വിവാഹാലോചനയുമായി ഒരു അമ്മാവൻ വരുന്നു. നടക്കാൻ സാദ്ധ്യതയുള്ള ഒരാലോചനയാണ് അത്. എന്നാൽ ദുരഭിമാനത്തിന്റെ പേരിൽ അതു നിരസിച്ച് അയാളെ പറഞ്ഞയയ്ക്കുകയാണ് ഉണ്ണി. അഭിമാനത്തേക്കാൾ ഉത്തരവാദിത്വമെടുക്കുന്നതിനുള്ള മടിയാണ് അയാളെ അതിനു പ്രേരിപ്പിക്കുന്നത്.

വിവാഹം ചെയ്തയച്ച മൂത്ത സഹോദരി തന്റെ സ്വത്തുവിഹിതത്തിനായി വരുന്നുണ്ട്. ആ വിഷയത്തിലും മറുപടി പറയാതെ ഒഴിഞ്ഞുമാറാനാണ് ഉണ്ണി ശ്രമിക്കുന്നത്. രാജമ്മയ്ക്ക് അസുഖമായി. തനിക്കു കുളിക്കാൻ വെള്ളം ചൂടാക്കാനും ഇഷ്ടപ്പെട്ട രീതിയിൽ പാചകം ചെയ്യാനും ആളില്ലാതായി എന്നതല്ലാതെ രാജമ്മയുടെ അസുഖം ഉണ്ണിയെ വിഷമിപ്പിക്കുന്നതായി തോന്നുന്നില്ല. ഇതിനിടയിൽ കോളേജ് വിദ്യാർത്ഥിനിയായിരുന്ന ഇളയ സഹോദരിയെ കാണാതാകുന്നു. അവൾ കാമുകനൊപ്പം ഒളിച്ചോടിയതായിരിക്കാനാണ് സാദ്ധ്യതയെന്നു സൂചനയുണ്ട്. അതു സംബന്ധിച്ച എന്തെങ്കിലും അന്വേഷണം നടത്താനും ഉണ്ണി തയ്യാറല്ല.

രാജമ്മ അസുഖം മൂർച്ഛിച്ചു മരിച്ചു. തറവാട്ടിൽ ഒറ്റയ്ക്കായതോടെ ഉണ്ണിക്കു തന്റെ മനസ്സു കൈവിട്ടുപോയി. അയാൾ വാതിലടച്ച് ആരെയും പ്രവേശിപ്പിക്കാതെ അവിടെ ഒറ്റയ്ക്കു കഴിയുന്നു.

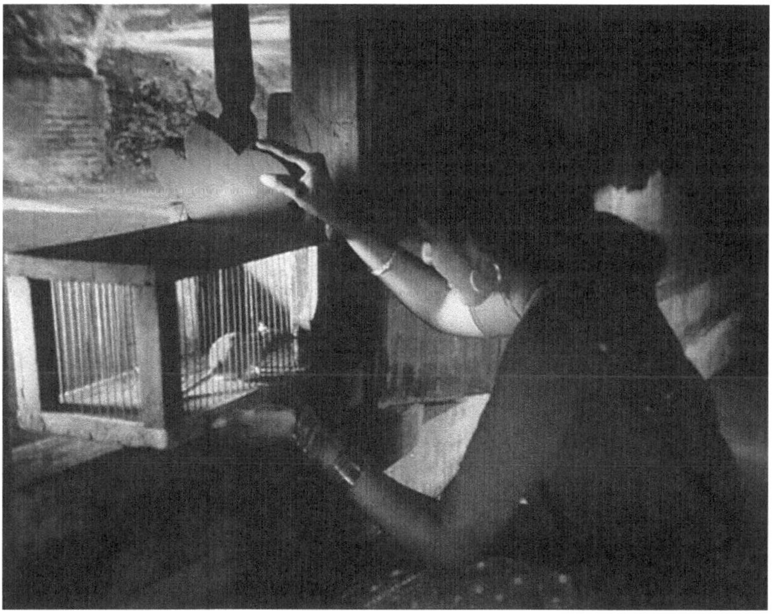

ആ പഴയ തറവാട്ടിൽ എലിശല്യമുണ്ടായിരുന്നു. ഇടയ്ക്കിടെ എലിയെ പിടിച്ചു കുളത്തിൽ കൊണ്ടു പോയി മുക്കിക്കൊല്ലാറുണ്ട്. താൻ തന്നെയാണ് ആ എലിയെന്ന് ഒടുവിൽ ഉണ്ണിക്കു തോന്നുകയാണ്.

അടൂർ ഗോപാലകൃഷ്ണന്റെ എലിപ്പത്തായം എന്ന സിനിമയുടെ ചുരുക്കമാണിത്. എലിയും എലിപ്പത്തായവും പ്രതീകങ്ങളാണ്. ഉണ്ണിയുടെ സഹോദരിമാരുടെ വസ്ത്രങ്ങളുടെ നിറങ്ങൾ പോലും പല അർത്ഥങ്ങൾ പേറുന്നതാണ്. രാജമ്മ നീല നിറമുള്ള വസ്ത്രങ്ങളാണ് ധരിക്കുന്നത്. സഹോദരന്റെ ഇഷ്ടങ്ങൾക്കു വഴങ്ങി, സ്വന്തം മോഹങ്ങൾ ത്യജിച്ച് എല്ലാ ജോലികളും ചെയ്ത് ജീവിക്കുകയാണ് അവൾ. ഇളയ സഹോദരിയാകട്ടെ സദാ ചുവന്ന നിറമുള്ള വസ്ത്രങ്ങളിൽ അലംകൃതയാണ്. സ്വന്തം സൗന്ദര്യസംരക്ഷണത്തിന് അവൾ വലിയ പ്രാധാന്യം നൽകുന്നു. വീട്ടിൽ ഒരു കൊച്ചു ജോലി ചെയ്യാൻ പോലും അവൾ തയ്യാറല്ല. സ്വത്തു ചോദിച്ചു വരുന്ന മൂത്ത സഹോദരിയാകട്ടെ പച്ച വേഷങ്ങളാണ് ധരിക്കുന്നത്. പ്രായോഗികമതിയാണ് ആ സ്ത്രീ. എല്ലാ നിറങ്ങളും സംഗമിക്കുന്ന വെള്ളയാണ് ഉണ്ണിയുടെ വേഷം.

മലയാളത്തിലെ എക്കാലത്തെയും മികച്ച ഏതാനും ചിത്രങ്ങളുടെ കൂട്ടത്തിൽ എലിപ്പത്തായം എന്നുമുണ്ടാകും.

ഫ്ളൈ എവേ ഹോം (1996)

കാരൾ ബല്ലാർഡ്

പതിമൂന്നുകാരിയായ ആമിക്ക് തന്റെ വീടിനു പിന്നിലുള്ള കാട്ടിൽനിന്ന് കുറച്ചു കിളിമുട്ടകൾ ലഭിക്കുന്നു. നിർമ്മാണത്തൊഴിലാളികൾ കൂടു നശിപ്പിച്ചതിനെ തുടർന്ന് അനാഥമാക്കപ്പെട്ടവയാണ് അവ. അവൾ ആ മുട്ടകൾ എടുത്തു വീട്ടിലേക്കു കൊണ്ടുപോയി. ഒരു ദിനം സ്കൂൾ വിട്ടുവരുമ്പോൾ അവയെല്ലാം വിരിഞ്ഞിരിക്കുന്നു. ആ പക്ഷിക്കുഞ്ഞുങ്ങളെ അവൾ സംരക്ഷിക്കാൻ തീരുമാനിക്കുന്നു. പിതാവിന്റെ പിന്തുണയും അവൾക്കുണ്ട്.

ശൈത്യകാലം വരികയാണ്. ഈ പക്ഷികൾ പറക്കാൻ പഠിക്കുകയും ശൈത്യകാലത്തിനു മുമ്പ് ദേശാടനം നടത്തി ദൂരദിക്കിലേക്കു പോകുകയും ചെയ്യുന്നില്ലെങ്കിൽ അവയെല്ലാം ചത്തു പോകും. അമ്മയില്ലാത്ത ഈ പക്ഷിക്കുഞ്ഞുങ്ങളെ ശരിയായ വിധം പറക്കാൻ പഠിപ്പിക്കുക

എന്നതാണ് ആമിയുടെയും പിതാവ് തോമസിന്റെയും മുമ്പിൽ ഉയരുന്ന വെല്ലുവിളി. തുടർന്ന് അവ ദേശാടനം ചെയ്യുകയും വേണം.

ഒരു ചെറു വിമാനമുണ്ടാക്കി പക്ഷികളെ പിന്നാലെ പറത്താമെന്ന് തോമസ് തീരുമാനിക്കുന്നു. അതു നടക്കുന്നില്ല. പിന്നെ ആമിയെ ഗ്ലൈഡറിൽ പറക്കാൻ പഠിപ്പിച്ച ശേഷം പക്ഷികളെ പിന്നാലെ പറത്താമെന്നായി. പക്ഷിക്കുഞ്ഞുങ്ങൾ ആമിയെ അമ്മയായി കാണുന്നതിനാൽ അതു നടക്കുമെന്ന പ്രത്യാശയുണ്ട്. പക്ഷേ തോമസിന്റെ വീട്ടുനിർമ്മിത വിമാനത്തിൽ പറന്ന് വിമാനം തകർന്നു വീണ ആമി കഷ്ടിയാണ് മരണത്തിൽ നിന്നു രക്ഷപ്പെട്ടത്. അതിനാൽ ആമിയുടെ പോറ്റമ്മയ്ക്ക് അതു തീരെ ഇഷ്ടപ്പെടുന്നില്ല.

തോമസും സുഹൃത്തുക്കളും പക്ഷികളെ പറക്കാൻ പഠിപ്പിക്കുന്നു. പക്ഷികൾ ദേശാടനം ചെയ്തു ചെന്നെത്തേണ്ട സ്ഥലത്ത് ഒരു പക്ഷിസങ്കേതമുണ്ട്. അവിടെ അന്വേഷണം നടത്തുന്നു. നിശ്ചിത തിയതിക്കുള്ളിൽ പക്ഷികൾ എത്തിച്ചേരുന്നില്ലെങ്കിൽ ആ പക്ഷിസങ്കേതം അടയ്ക്കുമെന്നും അവിടെ ഒരു പാർപ്പിട പദ്ധതി നടപ്പാക്കുമെന്നും അവർക്കു വിവരം ലഭിക്കുന്നു. അതിനുള്ളിൽ പക്ഷികളെ അവിടെ എത്തിക്കാനുള്ള ശ്രമങ്ങൾ തോമസും ആമിയും ഊർജിതമാക്കുന്നു.

ഗ്ലൈഡറുകൾ ഉണ്ടാക്കി അതിൽ പറക്കാനുള്ള പരിശീലനം ആമി തുടരുന്നു. ഇവരുടെ പറക്കൽ വാർത്തയാകുകയും പ്രകൃതിസ്നേഹികളും പരിസ്ഥിതിവാദികളും ഇവരുടെ വിജയം ആഗ്രഹിക്കുകയും ചെയ്യുന്നു.

പക്ഷികളെയും നയിച്ചു പറക്കുന്നതിനിടെ തോമസിന്റെ ചെറു വിമാനം ഒരു ചോളപ്പാടത്തു തകർന്നു വീഴുന്നു. നിരാശപ്പെടാതെ ആമിയോടു തുടർന്നും പറക്കാൻ തോമസ് നിർദേശിക്കുന്നു. ആമി ഒറ്റയ്ക്ക് തന്റെ ചെറുഗ്ലൈഡറിൽ പക്ഷിസങ്കേതത്തിലേക്കു തുടർന്നു പറക്കുന്നു. പിന്നാലെ, ആമിയെ അമ്മയായി കരുതുന്ന പക്ഷികളും.

തോമസ് ഹിപ്പികളുടെയും മറ്റും സഹായത്താൽ യാത്ര ചെയ്തു പക്ഷി സങ്കേതത്തിലെത്തുന്നു. ആമിയും പക്ഷികളും പറന്നെത്തുന്നത് അവർ കാത്തിരിക്കുന്നു. പരിസ്ഥിതിവാദികളും പ്രകൃതിസ്നേഹികളും പക്ഷികളുടെ വരവ് ആഗ്രഹിച്ചിരിക്കുന്നു. പക്ഷികൾ യഥാസമയം എത്താതിരുന്നാൽ സങ്കേതത്തിൽ നിർമ്മാണ പ്രവർത്തനങ്ങൾ ആരംഭിക്കാമെന്ന ആഗ്രഹത്തോടെ പാർപ്പിട പദ്ധതിയുടെ ആൾക്കാരും അവിടെയുണ്ട്.

ഏറെ നേരത്തെ കാത്തിരിപ്പിനൊടുവിൽ മാനത്ത് ആമിയുടെ ഗ്ലൈഡർ പ്രത്യക്ഷമാകുന്നു. പിന്നാലെ പക്ഷിക്കൂട്ടവും. ആളുകൾക്ക് വലിയ സന്തോഷമാകുന്നു. പക്ഷികൾ അവർക്കനുയോജ്യമായ അന്തരീക്ഷത്തിൽ, സങ്കേതത്തിൽ സുരക്ഷിതമായി എത്തിച്ചേരുന്നു. പിന്നീട് അടുത്ത സീസൺ തുടങ്ങുമ്പോൾ ഈ പക്ഷികൾ സ്വന്തം നിലയ്ക്ക് തികച്ചും സുരക്ഷിതമായി തോമസിന്റെ കൃഷിയിടത്തിലേക്ക് മടങ്ങിയെത്തുന്നുവെന്ന സൂചന കൂടി നൽകിക്കൊണ്ടാണ് ഈ സിനിമ തീരുന്നത്.

കുട്ടികളുടെ സിനിമയായി ഒതുങ്ങാതെ പ്രേക്ഷകലക്ഷങ്ങളെ ആകർഷിച്ച ഫ്ളൈ എവേ ഹോം ലോകമെങ്ങും വൻ പ്രദർശന വിജയം നേടുകയുണ്ടായി. നിരവധി അംഗീകാരങ്ങളും സിനിമയെ തേടിയെത്തി.

ഒരിടത്ത് (1986)

ജി. അരവിന്ദൻ

വൈദ്യുതി പ്രചരിച്ചിട്ടില്ലാത്ത 1950 കളുടെ മദ്ധ്യത്തിലെ ഒരു കേരളീയഗ്രാമം. പലരുടേയും ശ്രമഫലമായി അവിടെ വൈദ്യുതി എത്തിക്കുന്നതിനുള്ള പ്രവർത്തനങ്ങൾ ആരംഭിച്ചു. പ്രവർത്തനങ്ങൾക്കു നേതൃത്വം കൊടുക്കാൻ എത്തിച്ചേരുന്നത് ഒരു ഓവർസീയറാണ്. എൻജിനീയർ എന്നാണ് അദ്ദേഹത്തെ ഗ്രാമീണർ വിളിക്കുന്നത്. തന്റെ ഉദ്യോഗവും സ്വാധീനവും അയാൾ ദുരുപയോഗിക്കുന്നു.

വൈദ്യുതി മാത്രമല്ല വൈദ്യുതിയോടൊപ്പം നല്ലതും ചീത്തയുമായി നിരവധി കാര്യങ്ങളും ഗ്രാമത്തിലേക്ക് എത്തുന്നുണ്ട്. അപ്രകാരം എത്തുന്ന ഒരാളാണ് ഡോക്ടറായ രാജശേഖരൻ. അയാൾ ഗ്രാമത്തിൽ താമസമുറപ്പിച്ചു ചികിത്സയാരംഭിക്കുന്നു. ഗ്രാമത്തിലെ മനയ്ക്കലെ കാര്യസ്ഥന്റെ മകളെ അയാൾ കല്യാണം കഴിക്കുന്നു.

എന്നാൽ, കുറേ കഴിയുമ്പോൾ അയാളെ അന്വേഷിച്ച് ഒരു സ്ത്രീയും കുട്ടിയും ഗ്രാമത്തിലെത്തുന്നു. രാജപ്പൻ എന്നു ശരിപ്പേരുള്ള അയാളുടെ ഭാര്യയും കുട്ടിയുമാണ് അവർ. ഏതോ ആശുപത്രിയിലെ കമ്പോണ്ടറായിരുന്നു തങ്ങളുടെ ഡോക്ടറെന്നു ഗ്രാമീണർ തിരിച്ചറിയുന്നു.

ഓവർസീയറുടെയും പിന്നീട് ഡോക്ടറുടെയും സഹായിയായി കൂടിയ കഥാപാത്രമാണ് കുട്ടൻ. കള്ളച്ചാരായവാറ്റും മറ്റുമുള്ള അയാൾ ആദ്യം ഓവർസീയറെയും പിന്നീട് ഡോക്ടറേയും കണ്ണടച്ചു വിശ്വസിക്കുന്നു. കുട്ടന്റെ കാമുകിയുടെ ഗർഭം അലസിപ്പിക്കാനുള്ള ശ്രമത്തിനിടെ വ്യാജഡോക്ടറായ രാജപ്പന്റെ കൈകൾ കൊണ്ട് കാമുകി കൊല്ലപ്പെടുന്നു. മൃതദേഹം അമ്പലക്കുളത്തിൽ പൊങ്ങുന്നു. ഓവർസീയറും കുട്ടനെ ചതിക്കുന്നു. കുട്ടന്റെ സഹോദരിയെ അയാൾ വഞ്ചിക്കുന്നു.

പഠിക്കാൻ മിടുക്കനെങ്കിലും സാമ്പത്തികബുദ്ധിമുട്ടു മൂലം പഠനം നിലച്ചു പോകുന്ന ജോസ് എന്ന വിദ്യാർത്ഥിയാണ് മറ്റൊരു കഥാപാത്രം. ബാംഗ്ളൂരിൽ പോയി ജോലി ചെയ്തു പഠിക്കാമെന്ന സ്വപ്നവും പേറി നടക്കുകയാണ് ജോസ്. അതിനുള്ള സാഹചര്യങ്ങൾ ഒത്തുവരുന്നു.

ഗ്രാമത്തിലെ അമ്പലത്തിലെ പൂരം കഴിഞ്ഞ ശേഷം ബാംഗ്ലൂരിലേക്കു പുറപ്പെടാൻ കാത്തിരിക്കുകയാണ് അവൻ.

ഓവർസീയറുടെ നേതൃത്വത്തിൽ പൂരത്തോടനുബന്ധിച്ച് ഗ്രാമീണർ ഒരു നാടകം കളിക്കുന്നുണ്ട്. ജോസിനും അതിൽ ഒരു വേഷമുണ്ട്. നാടകത്തിന്റെ പഠനവും പരിശീലനവും പുരോഗമിക്കുന്നതിനിടെയും ഓവർസീയറുടെ തനിനിറം വെളിവാകുന്നു.

കുട്ടന് അയാളോടുള്ള പക വർദ്ധിക്കുന്നു. ഓവർസീയറോടു പ്രതികാരം ചെയ്യാൻ തക്കംപാർത്തു നടക്കുകയാണ് കുട്ടൻ. പൂരത്തോടനുബന്ധിച്ച് തെയ്യത്തിന്റെ വേഷം കെട്ടിയ കുട്ടൻ ആ വേഷത്തിൽ നാടകത്തിന്റെ അണിയറയിലേക്കു കോപാകുലനായി കടന്നുചെല്ലുന്നു. ഓവർസീയറെ കൊല്ലുകയാണ് ലക്ഷ്യം. ആക്രമണത്തിനിടെ ഉണ്ടാകുന്ന കൂട്ടക്കുഴപ്പങ്ങൾക്കിടെ ഷോക്കേറ്റു കൊല്ലപ്പെടുന്നതു പക്ഷേ, ജോസാണ്.

പൂരത്തിന്റെ ഭാഗമായ വെടിക്കെട്ട് അരങ്ങേറുന്നു. അതിന്റെ ബഹളങ്ങൾക്കിടയിൽ ജോസിന്റെ കരച്ചിൽ മുങ്ങിപ്പോകുന്നു. കവലയിൽ പുതുതായി എത്തിയിരുന്ന ഭ്രാന്തൻ തീ, തീ എന്നു വിളിച്ചുകൂവുന്നു. കൈകൾ വിരിച്ചുപിടിച്ച ഒരു കോലം മാനത്തു നിന്ന് ഗ്രാമത്തിലേക്ക് ഇറങ്ങി വരുമ്പോൾ കഥ തീരുന്നു.

ഒരിടത്ത്..

ആക്ഷേപഹാസ്യശൈലിയിൽ കഥ പറഞ്ഞിരിക്കുന്ന അരവിന്ദന്റെ ഒരിടത്ത് എന്ന ഈ സിനിമ അദ്ദേഹത്തിനു ദേശീയഅംഗീകാരം നേടിക്കൊടുത്തിരുന്നു. ഗൗരവമുള്ള വിഷയത്തെ നർമ്മഭാസുരമായി അവതരിപ്പിക്കുന്നു എന്നതാണ് ഒരിടത്തിന്റെ സവിശേഷത. അതുകൊണ്ടു തന്നെ ഇവിടെ നിലവിലുള്ള വർഗീകരണമനുസരിച്ച് കലാസിനിമ എന്ന വിഭാഗത്തിലാണ് ഉൾപ്പെടുന്നതെങ്കിലും ഈ സിനിമ വലിയ ജനപ്രീതിയും നേടി. ജനകീയ ചിത്രങ്ങളിലേതെന്ന പോലെ ഈ സിനിമയിലെയും പല സംഭാഷണങ്ങളും സന്ദർഭങ്ങളും സുപ്രസിദ്ധമാകുകയും ചെയ്തു.

കേരളീയസംസ്കാരത്തെ കുറിച്ചു പഠിക്കാനെത്തുന്ന സായിപ്പിനെ കുറിച്ച് എക്സിക്യൂട്ടീവ് എൻജിനീയർ പറയുന്ന "ഈ വെസ്റ്റേണേഴ്സിന്റെ ഒരു ഡെഡിക്കേഷനേ" എന്ന ഡയലോഗ് ഇത്തരത്തിലൊന്നാണ്. റഷ്യയേയും മറ്റും പൊക്കി പറയുന്നതു പതിവാക്കിയ കമ്മ്യൂണിസ്റ്റുകാരനായ ടെയിലർ ഗ്രാമത്തിൽ വൈദ്യുതിയെത്തിക്കുന്നതിനുള്ള പ്രവർത്തനങ്ങൾക്കിടെ പറയുന്നു, "റഷ്യയിൽ ഒരു കുഞ്ഞു ജനിച്ചാൽ ആദ്യം ചെയ്യുന്നത് ആ കുഞ്ഞിനാവശ്യമായ വൈദ്യുതി ഉത്പാദിപ്പിച്ച് എത്തിക്കുക എന്നതാണ്."

നെടുമുടി വേണു, തിലകൻ, ശ്രീനിവാസൻ, വിനീത്, കൃഷ്ണൻകുട്ടി നായർ തുടങ്ങിയ അഭിനേതാക്കളുടെ കിടയറ്റ അഭിനയപ്രകടനവും സിനിമയെ ശ്രദ്ധേയമാക്കുന്നു.

ദി കിഡ് (1921)

ചാർലി ചാപ്ലിൻ

അവിവാഹിതയായ ഒരു യുവതി താൻ ഗർഭം ധരിച്ച കുഞ്ഞിനെ ഉപേക്ഷിക്കുന്നു. ഒരു ആഡംബര കാറിൽ കുഞ്ഞിനെ നിക്ഷേപിക്കുന്ന യുവതി, അതിനെ സംരക്ഷിക്കണമെന്ന അഭ്യർത്ഥനയും എഴുതി വയ്ക്കുന്നുണ്ട്. കാർ പക്ഷേ മോഷ്ടിക്കപ്പെടുന്നു. കള്ളന്മാർ കുഞ്ഞിനെ തെരുവിൽ ഉപേക്ഷിക്കുന്നു. ഒരു തെരുവുകോമാളിക്കാണ് കുഞ്ഞിനെ ലഭിക്കുന്നത്. അയാൾ അതിനെ നോക്കാൻ ആദ്യം വിസമ്മതിക്കുന്നുണ്ടെങ്കിലും പിന്നീട് ഏറ്റെടുക്കുന്നു.

തെരുവുതെണ്ടിക്കൊപ്പം വളരുകയാണ് ആ കുഞ്ഞ്. അവന് അഞ്ചു വയസ്സായി. ഇതിനിടയിൽ നർത്തകിയായ അവന്റെ അമ്മ പ്രസിദ്ധിയും പണവുമുള്ള വലിയ കലാകാരിയായി മാറുന്നുണ്ട്. ദരിദ്രർക്കിടയിൽ അവർ വലിയ സേവനപ്രവൃത്തികളും ചെയ്യുന്നു. കുഞ്ഞിനെ ഉപേക്ഷിച്ചതിലുള്ള കുറ്റബോധവും അവരെ അലട്ടുന്നുണ്ട്.

ഇതിനിടയിൽ അമ്മയായ താരവും തെരുവുബാലനായ അവരുടെ കുഞ്ഞും പരസ്പരം കാണുന്നുണ്ട്. പക്ഷേ ഇരുവർക്കും പരസ്പരം അറിയില്ല. രോഗബാധിതനായ ആ കുഞ്ഞിനെ നോക്കാൻ വന്ന ഒരു ഡോക്ടർ കുഞ്ഞ് തെരുവുതെണ്ടിയുടെ സ്വന്തമല്ല എന്നു മനസ്സിലാക്കുന്നു. കുഞ്ഞിനെ നോക്കണമെന്നാവശ്യപ്പെട്ട് അതിന്റെ അമ്മ എഴുതി വച്ചിരുന്ന കത്ത് അയാൾ ഡോക്ടറെ കാണിക്കുന്നുണ്ട്. ഡോക്ടർ ആ കത്തു വാങ്ങുന്നുണ്ടെങ്കിലും കുഞ്ഞിന്റെ വിവരം ബന്ധപ്പെട്ട അധികാരികളെ അറിയിച്ചു. ആശുപത്രിയിൽ വരുന്ന കുഞ്ഞിൻറെ മാതാവിന് അവനോടു വലിയ വാത്സല്യം തോന്നുന്നു.

ഉദ്യോഗസ്ഥർ ബാലനെ അനാഥാലയത്തിൽ ആക്കുമെങ്കിലും. വളർത്തച്ഛൻ അവനെ അവിടെനിന്നു രക്ഷപ്പെടുത്തുന്നു. കുഞ്ഞിന്റെ വിവരമന്വേഷിച്ച് അനാഥാലയത്തിൽ വരുന്ന താരത്തോട് അവൻ രക്ഷപ്പെട്ട കാര്യം അറിയിക്കുന്നു. ഡോക്ടറുടെ കൈയിലെ കത്ത് കണ്ട് അവർ അതു താൻ എഴുതിയതാണെന്നു മനസ്സിലാക്കുന്നു. അതു തന്റെ മകനായിരുന്നുവെന്ന് അവർ തിരിച്ചറിയുന്നു. പിന്നെ അവർക്കുവേണ്ടിയുള്ള അന്വേഷണമായി. കണ്ടെത്താൻ സഹായിക്കുന്നവർക്ക് വലിയ തുക വാഗ്ദാനം ചെയ്തു പത്രപരസ്യവും നൽകുന്നു.

ഒളിവിടത്തിൽ ഉറങ്ങുന്ന തെരുവുകോമാളിയേയും ബാലനെയും കണ്ടെത്തുന്ന ഒരാൾ പ്രതിഫലം മോഹിച്ച് ബാലനെ പൊലീസിനു കൈമാറുന്നു. അവിടെ അമ്മ അവനെ ഏറ്റെടുക്കുന്നു.

ഉറക്കമുണരുന്ന കോമാളി ബാലനുവേണ്ടി ഭ്രാന്തമായ അന്വേഷണം നടത്തുന്നുണ്ടെങ്കിലും ഫലവത്താകുന്നില്ല. കടുത്ത നിരാശയോടെ തന്റെ താമസസ്ഥലത്തെത്തുന്ന അയാൾ അവിടെ കിടന്നുറക്കമാകുന്നു. ഉറക്കത്തിൽ നിന്ന് അയാളെ ഉണർത്തുന്നത് പൊലീസാണ്. അവർ ഒരു കാറിൽ കയറ്റി അയാളെ കൊണ്ടുപോകുന്നു. അവരെത്തുന്നത് പ്രസിദ്ധയായ താരത്തിന്റെ വീട്ടിലാണ്.

വാതിൽ തുറക്കുമ്പോൾ താരവും താൻ ജോൺ എന്നു പേരിട്ടു വളർത്തിയ വളർത്തുമകനും പ്രത്യക്ഷരാകുന്നു. പിതാവും മകനും അതീവസന്തുഷ്ടരാകുന്നു. കോമാളിക്കു കൈ കൊടുത്തു പൊലീസ് യാത്ര പറയുന്നു. താരം കോമാളിയേയും മകനോടൊപ്പം തന്റെ ജീവിതത്തിലേക്കു സ്വീകരിക്കുന്നു.

ചാർലി ചാപ്ലിൻ നിർമ്മിച്ചഭിനിയിച്ച ദി കിഡ് എന്ന ഈ നിശ്ശബ്ദ ചലച്ചിത്രം അദ്ദേഹത്തിന്റെ വിഖ്യാത സൃഷ്ടികളിൽ ഒന്നാണ്. അദ്ദേഹത്തിന്റെ ആത്മകഥാംശം ഉള്ള ഒരു ചിത്രം കൂടിയാണ് ഇത്.

ദി കിംഗ് ഓഫ് മാസ്ക്സ് (1999)

വു ടിയാൻമിംഗ്

നിമിഷാർദ്ധത്തിനുള്ളിൽ പല മുഖംമൂടികൾ മാറ്റി വച്ച് കാണികളെ അദ്ഭുതപ്പെടുത്തുന്ന കലാ/ജാലവിദ്യയിൽ വിദഗ്ദ്ധനാണ് വാംഗ് എന്ന വൃദ്ധൻ. സങ്കീർണവും ആകർഷകവുമായ ഈ കലാരൂപം തെരുവുകളിലാണ് അദ്ദേഹം അവതരിപ്പിക്കുന്നത്. രാജ്യമെങ്ങും പ്രസിദ്ധമായ ഒരു നാടക (ഓപെറാ) സംഘത്തിന്റെ മേധാവിയായ താരം, വാംഗിന്റെ കലാമികവിൽ ആകൃഷ്ടനായി തന്റെ ട്രൂപ്പിലേക്ക് അദ്ദേഹത്തെ ക്ഷണിക്കുന്നു. പക്ഷേ തെരുവുകളിലാണ് തന്റെ കല അവതരിപ്പിക്കേണ്ടതെന്ന വിശ്വാസത്തിൽ വാംഗ് അതു നിരസിക്കുന്നു.

പരമ്പരാഗതമായി സിദ്ധിക്കുന്നതാണ് ഈ കലാവിദ്യ. തന്റെ കുടുംബത്തിലെ പിൻഗാമിയായ ആൺകുട്ടിക്കുമാത്രമേ ഈ വിദ്യ പകർന്നുകൊടുക്കാവൂ എന്നാണ് നിയമം. വാംഗിനു പക്ഷേ മക്കളില്ല. അതിനാൽ തന്റെ മരണത്തോടെ ഈ കലാരൂപം അവസാനിച്ചേക്കുമെന്ന് അദ്ദേഹം

നിരാശപ്പെടുന്നു. ഈ സാഹചര്യത്തിൽ കുട്ടികളെ വിൽക്കുന്ന ഒരു ചന്തയിൽ നിന്ന് വാംഗ് ഒരു ചെറിയ ആൺകുട്ടിയെ വിലയ്ക്കു വാങ്ങുന്നു. അവനെ തന്റെ പേരക്കുട്ടിയായി ദത്തെടുത്ത് കലാവിദ്യ അഭ്യസിപ്പിക്കാമെന്നാണ് അദ്ദേഹത്തിന്റെ പദ്ധതി.

എന്നാൽ അത് ആൺകുട്ടിയായി വേഷം മാറിയ പെൺകുട്ടിയായിരുന്നു എന്നു തിരിച്ചറിയുമ്പോൾ അയാൾ ക്ഷുഭിതനും ദുഃഖിതനുമാകുന്നു. ആ കുട്ടിയെ ഒഴിവാക്കാൻ പരമാവധി ശ്രമിക്കുന്നു. പാചകവും മറ്റു ജോലികളും ചെയ്തുകൊള്ളാം എന്നു പറഞ്ഞ് അവൾ വാംഗിനെ വിടാതെ പുറകെ കൂടുന്നു. അപ്പാപ്പാ എന്ന വിളി യജമാനൻ എന്നു മാറ്റുന്നു. ഒടുവിൽ അവളെ കൂടെ നിറുത്താൻ വാംഗ് സമ്മതിക്കുന്നു. തെരുവുകളിൽ അവതരിപ്പിക്കാൻ കഴിയുന്ന ചില വിദ്യകൾ അവളെയും പഠിപ്പിക്കുന്നു. ഇരുവരും ഒരുമിച്ചു സന്തോഷത്തോടെ കഴിയുന്നു.

അപ്പോഴും തന്റെ മുഖംമൂടിവിദ്യ അവളെ പഠിപ്പിക്കാൻ, പെൺകുട്ടിയാണെന്ന കാരണത്താൽ അയാൾ തയ്യാറല്ല. ഒരു രാത്രിയിൽ, മുഖമൂടികൾ വച്ചിരിക്കുന്ന സഞ്ചി തുറന്ന് അവൾ അത് കൗതുകപൂർവ്വം നോക്കുമ്പോൾ വിളക്കിൽ നിന്നു തീ പടർന്ന് മുഖംമൂടികളും അവരുടെ കൊച്ചുവീട് അപ്പാടെയും കത്തി നശിക്കുന്നു. താനാണ് അതിനു കാരണമായതെന്ന കുറ്റബോധത്താൽ പെൺകുട്ടി വാംഗിനെ വിട്ടു പോയി.

കുട്ടികളെ തട്ടിക്കൊണ്ടുപോകുന്ന ഒരു ഗൂഢസംഘത്തിന്റെ കൈയിൽ അകപ്പെടുന്ന അവൾ അവരുടെ താവളത്തിൽ ഒരു കൊച്ചു പയ്യനെ കണ്ടുമുട്ടുന്നു. അവനോടൊപ്പം അവിടെ നിന്നു രക്ഷപ്പെടുന്ന അവൾ പയ്യനെ വാംഗിന്റെ താമസസ്ഥലത്താക്കിയ ശേഷം അപ്രത്യക്ഷയാകുന്നു. ആൺകുട്ടിയായതിനാൽ വാംഗിന് അവനെ ഇഷ്ടമാകുമെന്നും അയാൾക്ക് അവനെ പേരക്കുട്ടിയാക്കി തന്റെ കലാവിദ്യ പഠിപ്പിക്കാൻ കഴിയുമെന്നും അവൾ കരുതി.

പക്ഷേ ചൈനയിലെ ഒരു പ്രമുഖകുടുംബത്തിലെ കുട്ടിയായിരുന്ന അവനു വേണ്ടി പൊലീസ് അന്വേഷണങ്ങൾ നടത്തുന്നുണ്ടായിരുന്നു. വാംഗിന്റെ പക്കൽ പയ്യനെ കണ്ടെത്തുന്ന പൊലീസ് അവനെ മോചിപ്പിക്കുകയും ഇപ്രകാരമുള്ള നിരവധി കുറ്റങ്ങൾ ചുമത്തി വാംഗിനെ ജയിലിൽ അടയ്ക്കുകയും ചെയ്യുന്നു. ഇതറിഞ്ഞ പെൺകുട്ടി അതീവ ദുഃഖിതയായി. സത്യം അധികാരികളെ അറിയിച്ച് വാംഗിനെ മോചിപ്പിക്കാൻ അവൾ ധീരതയോടെ രംഗത്തിറങ്ങുന്നു. വാംഗിനെ ബഹുമാനിക്കുന്ന ഓപെറാ താരത്തെ കണ്ടെത്തി അയാളുടെ സ്വാധീനം ഉപയോഗിച്ച് വാംഗിന്റെ നിരപരാധിത്വം അധികാരികളെ ബോദ്ധ്യപ്പെടുത്താനാണ് അവളുടെ ശ്രമം. ഓപെറാ താരം സഹായിക്കാൻ സന്നദ്ധനാണെങ്കിലും സൈനികാധികാരികൾ വഴങ്ങുന്നില്ല. സൈനികമേധാവി പ്രേക്ഷകനായുള്ള ഒരു ഓപെറാ അവതരണത്തിനൊടുവിൽ ഈ കുട്ടി

ആത്മഹത്യക്കൊരുങ്ങുന്നു. സത്യം ബോദ്ധ്യപ്പെടുത്തുകയാണു ലക്ഷ്യം. കുട്ടിയുടെ ആത്മാർത്ഥത മനസ്സിലാക്കിയ സൈനികമേധാവി പ്രശ്ന ത്തിൽ ഇടപെടുകയും അന്വേഷണം നടത്തുകയും വാംഗിനെ മോചിപ്പി ക്കുകയും ചെയ്യുന്നു.

വീണ്ടും പെൺകുട്ടിയുമൊത്ത് ജീവിതം തുടരുന്ന വാംഗ് അവളെ പിൻഗാമിയായി അംഗീകരിച്ച് തന്റെ മുഖംമൂടി വിദ്യ അഭ്യസിപ്പിക്കാൻ തയ്യാറാകുന്നു. ആ കലാവിദ്യയിൽ പെൺകുട്ടി പ്രാവീണ്യം പ്രകടിപ്പി ക്കുന്ന രംഗത്തോടെയാണ് സിനിമ തീരുന്നത്.

ചിൽഡ്രൻ ഓഫ് ഹിരോഷിമ (1952)
കനേറ്റോ ഷിൻഡോ

രണ്ടാം ലോകമഹായുദ്ധത്തിൽ ആണവബോംബ് നാശം വിതച്ച ഹിരോഷിമായുടെ സമീപത്തുള്ള ഒരു ദ്വീപിലെ ടീച്ചറാണ് തകാകോ. ഒരു വേനലവധിക്കാലത്ത് തകാകോ തന്റെ ജന്മദേശമായ ഹിരോഷിമായിലെത്തുന്നു. യുദ്ധത്തിൽ മരണമടഞ്ഞ തന്റെ മാതാപിതാക്കളുടെയും സഹോദരങ്ങളുടെയും ശവകുടീരങ്ങൾ സന്ദർശിക്കുക അവളുടെ ഉദ്ദേശ്യമാണ്. കൊടിയ നാശത്തിൽ നിന്നുയിർത്തെഴുന്നേൽക്കുന്ന ഹിരോഷിമായിലെ തെരുവുകളിലൂടെ നടക്കുമ്പോൾ അവൾ ഒരു വൃദ്ധയാചകനെ കണ്ടു. ആണവദുരന്തത്തിൽ മുഖം പൊള്ളിയ ആ വൃദ്ധൻ പണ്ടു തന്റെ വീട്ടിൽ സ്ഥിരമായി പണിക്കു വരുമായിരുന്ന ആളാണെന്ന് തകാകോ തിരിച്ചറിയുന്നു. അയാളുടെ വീടു സന്ദർശിക്കുന്ന തകാകോ

അവരുടെ ദൈന്യം മനസ്സിലാക്കുന്നു. വൃദ്ധന്റെ ഏകപ്രതീക്ഷയും ആശ്വാസവുമാണ് പേരക്കുട്ടിയായ താരോ. ആ ബാലൻ സമീപത്തുള്ള ഒരു അനാഥാലയത്തിൽ ആവശ്യത്തിന് ആഹാരം പോലുമില്ലാതെ കഴിയുകയാണ്. അവനെ തനിക്കൊപ്പം ദ്വീപിലേക്കു കൊണ്ടുപോയി നന്നായി നോക്കിക്കൊള്ളാമെന്ന് തകാകോ വാഗ്ദാനം ചെയ്യുന്നുണ്ടെങ്കിലും വൃദ്ധന് അതു സ്വീകാര്യമാകുന്നില്ല.

തനിക്കൊപ്പം പണ്ടു കിന്റർഗാർട്ടനിൽ പഠിപ്പിച്ചിരുന്ന പഴയ ഒരു സഹപ്രവർത്തകയുടെ വീട്ടിലേക്കു പോകുകയാണ് തുടർന്ന് തകാകോ. യുദ്ധം മൂലം വന്ധ്യയായി പോയവളാണ് ആ കൂട്ടുകാരി. ഇരുവരുംകൂടി അവരുടെ പഴയ കിന്റർഗാർട്ടൻ സന്ദർശിക്കുന്നു. യുദ്ധത്തിൽ തകർന്നു പോയിരുന്നു അത്. അന്നത്തെ തങ്ങളുടെ വിദ്യാർത്ഥികളിൽ മൂന്നു പേർ മാത്രമാണ് ജീവിച്ചിരിക്കുന്നതെന്നറിയുന്ന അവർ ആ കുട്ടികളെ കാണാൻ പോകുന്നു.

ഒരു കുട്ടിയുടെ പിതാവ് തകാകോ ചെല്ലുന്നതിനു തൊട്ടുമുമ്പ് പൊടുന്നനെ മരണത്തിനു കീഴ്പ്പെടുന്നു. ആണവസ്ഫോടനത്തിൽ നിന്നേറ്റ റേഡിയേഷനാണ് അയാളെ രോഗിയാക്കിയിരുന്നത്. രണ്ടാമത്തെ കുട്ടി ദീർഘകാലമായി റേഡിയേഷൻ മൂലമുള്ള രോഗം സഹിക്കുകയായിരുന്നു. തകാകോ ചെല്ലുമ്പോൾ ഒരു പള്ളിയോടു ചേർന്നുള്ള അഭയമന്ദിരത്തിൽ അവൻ മരണവുമായി മല്ലിടുകയാണ്. ഒടുവിൽ അവന്റെ മരണത്തിനും താകാകോ സാക്ഷിയാകുന്നു.

മൂന്നാമത്തെ കുട്ടിക്ക് കാര്യമായ കുഴപ്പങ്ങളില്ല. മാതാപിതാക്കൾ യുദ്ധത്തിൽ കൊല്ലപ്പെട്ടെങ്കിലും അവനെ സംരക്ഷിക്കുവാൻ ചേട്ടനും ചേച്ചിയുമുണ്ട്. തകാകോ ചെന്ന ദിവസം ചേച്ചിയുടെ വിവാഹമാണ്. വിവാഹമെന്നാൽ ചെറിയൊരു ചടങ്ങു മാത്രം. വിവാഹം ചെയ്യുന്ന ചെറുപ്പക്കാരനൊപ്പം തന്റെ വസ്തങ്ങളുമെടുത്ത് നടന്നകന്നു പോകുന്ന സഹോദരിയെ ആ കുട്ടിക്കൊപ്പം തകാകോ യാത്രയാക്കുന്നു. തുടർന്ന് തകാകോയും അവനോടു യാത്ര പറഞ്ഞു പിരിയുന്നു. പയ്യനെ സംരക്ഷിക്കാൻ ചേട്ടനുണ്ടല്ലോയെന്ന ആശ്വാസത്തോടെയാണ് തകാകോ പോകുന്നത്.

തുടർന്ന് ആദ്യത്തെ വൃദ്ധന്റെ വീട്ടിലെത്തുന്ന താകാകോ അയാളുടെ പേരക്കുട്ടിയെ ദത്തെടുത്തു കൊണ്ടുപൊയ്ക്കൊള്ളാമെന്നു വീണ്ടും പറയുന്നു. വൃദ്ധനു തന്റെ പേരക്കുട്ടിയെ പിരിയുന്നത് ചിന്തിക്കാൻ പോലുമാകുന്നില്ല. തകാകോ അതു മനസ്സിലാക്കി പുറത്തു പോകുന്നു.

എന്നാൽ പിന്നീട്, വൃദ്ധന്റെ ഭാര്യയും അയാളെ നിർബന്ധിക്കുകയാണ്. തങ്ങൾക്ക് ഇനി അധികം കാലം ജീവിക്കാനാവില്ലെന്നും ബാലനു നല്ലത് തകാകോയ്ക്കൊപ്പം പോകുന്നതാണെന്നും അവർ യാഥാർത്ഥ്യബോധത്തോടെ വൃദ്ധനെ പറഞ്ഞു മനസ്സിലാക്കാൻ ശ്രമിക്കുന്നു.

പുറത്ത്, തന്റെ മാതാപിതാക്കളുടെ കബറിടത്തിൽ പ്രാർത്ഥന നടത്തി ദ്വീപിലേക്കു മടങ്ങാനൊരുങ്ങുന്ന തകാകോയുടെ അടുത്തേക്ക് ആ വൃദ്ധ ഓടിയെത്തുന്നു. വൃദ്ധനെ താൻ കാര്യങ്ങൾ പറഞ്ഞു മനസ്സിലാക്കിയെന്നും ബാലനെ കൊണ്ടുപൊയ്ക്കൊള്ളാനും അവർ തകാകോയോടു പറയുന്നു. ബാലനെ അനാഥാലയത്തിൽ നിന്നു മടക്കിക്കൊണ്ടുവന്ന് തകാകോയെ പരിചയപ്പെടുത്തി കാര്യം പറയുന്നു. എന്നാൽ അവനു സമ്മതമല്ല. അപ്പാപ്പനെ കൂട്ടാതെ താനൊരിടത്തേക്കുമില്ലെന്നു പറഞ്ഞ് ബാലൻ കരച്ചിലാകുന്നു.

കടുത്ത ആത്മസംഘർഷത്തിനൊടുവിൽ വൃദ്ധൻ ആത്മഹത്യ ചെയ്യുന്നു. മരിക്കുന്നതിനു തൊട്ടുമുമ്പ് അയാൾ ബാലനോടു തകാകോയുടെ കൂടെ പോകാൻ നിർദേശിക്കുന്നുണ്ട്. തകാകോ ആ ബാലനുമായി ദ്വീപിലേക്കു പോകുമ്പോൾ സിനിമ തീരുന്നു.

കുട്ടികളുടെ ജീവിതം ഹൃദയസ്പർശിയായി ചിത്രീകരിച്ചു യുദ്ധത്തിന്റെ കെടുതികൾക്കെതിരായ സന്ദേശം നൽകുന്ന മികച്ച യുദ്ധവിരുദ്ധസിനിമയാണ് ഹിരോഷിമായിൽ ജനിച്ചു വളർന്ന കനേറ്റോ ഷിൻഡോ എന്ന ചലച്ചിത്രകാരന്റെ 'ഹിരോഷിമായിലെ കുട്ടികൾ.'

ബ്ലാക്ക് ബ്യൂട്ടി (1994)
കരോളിൻ തോംപ്സൺ

സ്ക്വിർ ഗോർഡൺ വിലയ്ക്കു വാങ്ങിയ കുതിരയ്ക്ക് ഭാര്യ പേരിട്ടു: ബ്ലാക്ക് ബ്യൂട്ടി. സ്ക്വിറിന്റെ കുടുംബത്തിൽ വേറെയും കുതിരകളുണ്ട്. അവയുമായി ഇണങ്ങിയും പിണങ്ങിയും ബ്ലാക്ക് ബ്യൂട്ടി ജീവിക്കുന്നു.

കാറ്റും മഴയും നിറഞ്ഞ ഒരു രാത്രി സ്ക്വിറിനെയും തന്റെ നോട്ടക്കാരനെയും വഹിച്ചുകൊണ്ട് ബ്ലാക്ക് ബ്യൂട്ടി കുതിരവണ്ടി വലിച്ചുപോകുകയാണ്. വെള്ളം നിറഞ്ഞു കിടക്കുന്ന ഒരു പാലം കടന്നുപോകാൻ കുതിരക്കാരൻ നിർബന്ധിക്കുന്നു. ബ്ലാക്ക് ബ്യൂട്ടി വിസമ്മതിക്കുന്നു. ആ യാത്ര അപകടകരമാകും എന്ന തിരിച്ചറിവിൽ നിന്നാണ് ആ വിസമ്മതം. ഒടുവിൽ നദിയിലേക്കു വീണു പോകുന്ന കുതിരക്കാരനെ രക്ഷിക്കുന്നതും ബ്ലാക്ക് ബ്യൂട്ടി തന്നെ.

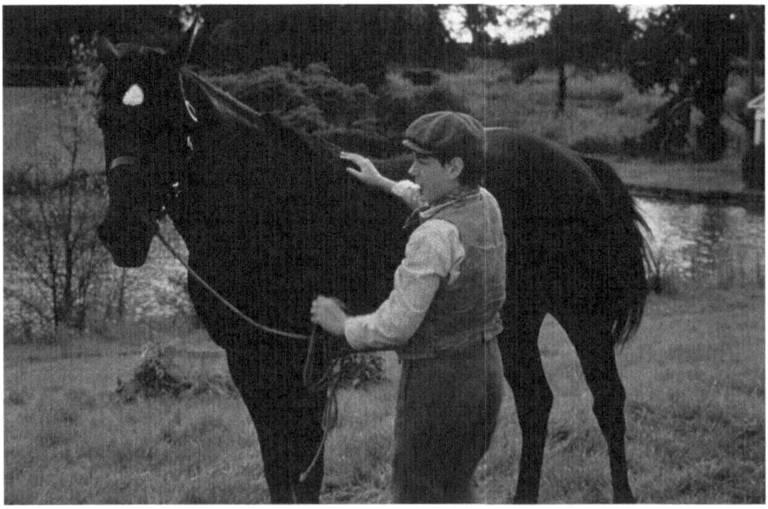

പയ്യനായ ജോയും ലായത്തിൽ ജോലിക്കാരനാണ്. അവനും ബ്ലാക്ക് ബ്യൂട്ടിയും ചങ്ങാത്തത്തിലാകുന്നു. ഒരിക്കൽ യജമാനന്റെ ഭാര്യയുടെ രോഗം വഷളാകുമ്പോൾ ബ്യൂട്ടിയുൾപ്പെടെ രണ്ടു കുതിരകൾ വലിക്കുന്ന വണ്ടിയിൽ അവരെ ആശുപത്രിയിൽ കൊണ്ടു പോകുന്നു. രാത്രി സത്രത്തിൽ തങ്ങുമ്പോൾ കുതിരകളുടെ ലായം തീപിടിക്കുന്നു. ജോ ആണു കുതിരകളെ അപകടത്തിൽ നിന്നു രക്ഷിക്കുന്നത്.

യജമാനഭാര്യയുടെ അസുഖം ഗുരുതരമായതിനാൽ ഇംഗ്ലണ്ട് വിട്ട് ചൂടുള്ള ഏതെങ്കിലും സ്ഥലത്തേക്കു താമസം മാറാൻ ഡോക്ടർ നിർദേശിക്കുന്നു. ദുഃഖത്തോടെ തങ്ങളുടെ കുതിരകളെ ഉപേക്ഷിച്ചുപോകാൻ ആ കുടുംബം നിർബന്ധിതരാകുന്നു. ബ്യൂട്ടിയെ ഏറ്റെടുക്കുന്നത് വെക്സമൈർ പ്രഭുവിന്റെ കുടുംബമാണ്. അതോടെ ബ്യൂട്ടി കണ്ണീരോടെ ജോയോടു വിട പറയുന്നു.

കുതിരകൾ ചില പ്രത്യേക അലങ്കാരങ്ങൾ ധരിക്കണമെന്നു വെക്സമൈർ പ്രഭുവിന്റെ ഭാര്യക്കു നിർബന്ധമുണ്ട്. കുതിരകൾക്ക് അസ്വസ്ഥതയുണ്ടാക്കുന്ന ഈ അലങ്കാരങ്ങൾ ധരിക്കാൻ ബ്യൂട്ടിയുടെ കൂടെയുള്ള കുതിര വിസമ്മതിക്കുന്നു. അതേ തുടർന്ന് കുറെ പ്രശ്നങ്ങളുണ്ടാകുന്നുണ്ട്. ബ്യൂട്ടിയുമായി ചന്തയിൽ പോയ നോട്ടക്കാരനു കുടിച്ചു മത്തുപിടിക്കുന്നു. ബ്യൂട്ടിയെ കൊണ്ട് രാത്രി അപകടകരമായ നിലയിൽ അയാൾ സവാരി ചെയ്യിക്കുന്നു. അത് അപകടത്തിൽ കലാശിക്കുന്നു. കുതിരക്കാരനെ പ്രഭു പിരിച്ചുവിടുന്നു. ഒടുവിൽ ബ്യൂട്ടിയേയും വിൽക്കാൻ പ്രഭു നിശ്ചയിക്കുന്നു.

ചന്തയിൽ നിന്നു ബ്യൂട്ടിയെ വാങ്ങുന്നത് കുതിരകളെ വാടകയ്ക്കു കൊടുക്കുന്ന ഒരാളാണ്. അയാൾ വളരെ പരുക്കനായാണ് ബ്യൂട്ടിയേയും മറ്റു കുതിരകളെയും നോക്കുന്നത്. ബ്യൂട്ടി വീണ്ടും ഒരു ചന്തയിൽ വിൽപനയ്ക്ക് എത്തിക്കപ്പെടുന്നു. അവിടെ വച്ച് ജോയെ ബ്യൂട്ടി കാണുകയും തിരിച്ചറിയുകയും ചെയ്യുന്നുണ്ട്. ജോ വളർന്നിരിക്കുന്നു. അവൻ പക്ഷേ ബ്യൂട്ടിയെ മനസ്സിലാക്കുന്നില്ല. കുതിരവണ്ടി വാടകയ്ക്ക് ഓടിക്കുന്ന ജെറി എന്ന ഒരാളാണ് ആ ചന്തയിൽ നിന്നു ബ്യൂട്ടിയെ വാങ്ങുന്നത്.

ആളുകളെ യാത്ര കൊണ്ടു പോകുന്ന പുതിയ ജോലി ബ്യൂട്ടിക്ക് ഇഷ്ടമാകുന്നുണ്ട്. ജെറിയും കുടുംബവുമാകട്ടെ നല്ല രീതിയിൽ ബ്യൂട്ടിയെ പരിപാലിക്കുന്നുമുണ്ട്. ആദ്യത്തെ ഉടമയുടെ ഭവനത്തിൽ തന്നോടു ശത്രുതയോടെ ഇടപെടുകയും പിന്നെ മിത്രമാകുകയും ചെയ്ത ജിംജർ എന്ന പെൺകുതിരയെ വണ്ടി വലിക്കുന്ന കുതിരയായി ബ്യൂട്ടി വഴിയിൽ കണ്ടുമുട്ടുന്നു. ഉടമ വളരെ ക്രൂരമായാണ് ജിംജറിനെ കൈകാര്യം ചെയ്യുന്നത്. അതിനാൽ തീർത്തും ക്ഷീണിതയായിരുന്ന ജിംജറിന്റെ മൃതദേഹവും പിന്നീട് ബ്യൂട്ടി കാണാനിടയാകുന്നു.

ഇതിനിടെ ബ്യൂട്ടിയുടെ ഉടമയായ ജെറി രോഗിയാകുകയും കുതിരവണ്ടിയിലെ ജോലി ഉപേക്ഷിക്കണമെന്നു ഡോക്ടർ നിർദേശിക്കുകയും

ചെയ്യുന്നു. ഇതോടെ ബ്യൂട്ടി വീണ്ടും വിൽക്കപ്പെടുന്നു. ഒരു ധാന്യക്കച്ച വടക്കാരനാണ് ബ്യൂട്ടിയെ വാങ്ങുന്നത്. അയാൾ ബ്യൂട്ടിയെ കൊണ്ടു വൻചുമടുകൾ വലിപ്പിക്കുന്നു. കഠിനമായ ജോലി ചെയ്തുതളർന്നു പോകുന്ന ബ്യൂട്ടിയെ അയാൾ വിൽക്കാൻ തീരുമാനിക്കുന്നു. പക്ഷേ പണി യെടുക്കാനാകാത്ത ബ്യൂട്ടിയെ വാങ്ങാൻ ആരും തയ്യാറാകുന്നില്ല. അവിടെ തന്റെ ചെറുമകനുമൊത്ത് എത്തിയ ഒരു കർഷകൻ ബ്യൂട്ടിയെ ശ്രദ്ധി ക്കുന്നു. ചെറുമകൻ ജോ ആണെന്നു ബ്യൂട്ടിക്കു മനസ്സിലാകുന്നു. ജോയും ബ്യൂട്ടിയെ തിരിച്ചറിയുന്നു. അവർ ബ്യൂട്ടിയെ വാങ്ങുന്നു. ഇനിയൊരി ക്കലും ബ്യൂട്ടിയെ മറ്റാർക്കും വിൽക്കില്ലെന്ന് അവർ തീരുമാനിക്കുകയും ചെയ്യുന്നു.

അന്ന സെവെലിന്റെ 1877 ലെ പ്രസിദ്ധമായ നോവലിന്റെ ചലച്ചിത്ര രൂപമാണിത്. മൃഗങ്ങളും മനുഷ്യരും തമ്മിലുള്ള സ്നേഹബന്ധത്തിന്റെ കഥ മനോഹരമായി പറയുന്ന ചിത്രം. ഇതേ നോവലിനെ ആസ്പദമാക്കി വേറെയും ചിത്രങ്ങൾ പുറത്തു വന്നിട്ടുണ്ട്.

വേർ ഈസ് ദ ഫ്രണ്ട്സ് ഹോം? (1987)
അബ്ബാസ് കിയോരസ്താമി

സ്കൂൾ വിദ്യാർത്ഥിയാണ് അഹമ്മദ് എന്ന ബാലൻ. അഹമ്മദിനെയും കൂട്ടുകാരെയും പഠിപ്പിക്കുന്ന അദ്ധ്യാപകൻ കുറച്ചു കർക്കശക്കാരനാണ്. ഗൃഹപാഠങ്ങളൊക്കെ കൃത്യമായി ചെയ്തുകൊണ്ടു വരിക, നോട്ട് ബുക്കുകൾ ഉണ്ടായിരിക്കുക, അവയെല്ലാം വൃത്തിയായി സൂക്ഷിക്കുക എന്നതെല്ലാം അദ്ദേഹത്തിനു നിർബന്ധമാണ്. ഇല്ലെങ്കിൽ ക്ലാസിൽ നിന്നു പുറത്താക്കാനും അദ്ദേഹം മടിക്കുകയില്ല.

ഒരു ദിവസം വൈകീട്ടു വീട്ടിൽ മടങ്ങിയെത്തി ഹോം വർക് ചെയ്യാനിരിക്കുന്ന അഹമ്മദ് പെട്ടെന്ന് തന്റെ ബാഗിൽ കൂട്ടുകാരന്റെ നോട്ട്ബുക്ക് കണ്ടെത്തുന്നു. ഒരേപോലെയിരുന്നതിനാൽ, തിരിച്ചറിയാതെ തന്റെ നോട്ട്ബുക്കിനൊപ്പം കൊണ്ടുവന്നതാണ്. അതു കൂട്ടുകാരന്റെ വീട്ടിൽ കൊണ്ടു കൊടുക്കാൻ അഹമ്മദ് ആലോചിക്കുന്നു. അമ്മയോട് അനുവാദം ചോദിക്കുന്നു. പക്ഷേ അമ്മ അനുവദിക്കുന്നില്ല.

കൂട്ടുകാരന്റെ വീട് വളരെ അകലെയാണ്. അവിടെ നിന്നുള്ള കുട്ടികൾ വൈകി വരുന്നത് കർക്കശക്കാരനായ അദ്ധ്യാപകൻപോലും അനുവദിക്കുന്ന കാര്യമാണ്. അത്രയുമകലെയാണ് അത്. അവിടെനിന്ന് മകന്റെ സ്കൂളിൽ കുട്ടികൾ പഠിക്കാൻ വരുന്നുണ്ടെന്നു പോലും വിശ്വസിക്കാൻ അഹമ്മദിന്റെ അമ്മയ്ക്കാകുന്നില്ല.

അമ്മ കടയിൽ പോകാൻ നിർദേശിക്കുന്ന തക്കത്തിനു നോട്ട്ബുക്ക് എടുത്ത് അഹമ്മദ് പുറത്തിറങ്ങുന്നു. ചങ്ങാതിയുടെ സ്ഥലമന്വേഷിച്ച് അവൻ ഒറ്റയ്ക്ക് ഓടിപ്പോകുന്നു. ഏറെ ദൂരം അലഞ്ഞ് ആളുകളെ കണ്ട് ചോദിക്കുമ്പോഴാണ് കൂട്ടുകാരനെ കണ്ടെത്തുക അത്ര എളുപ്പമല്ലെന്ന് ആ ബാലനു മനസ്സിലാകുന്നത്. അവന്റെ പേരോ സ്ഥലമോ മതിയായ വിവരമല്ല. ഒരു ജില്ലയുടെ പേരാണ് സ്ഥലനാമമായി അവൻ പറയുന്നത്. അവിടെ കൃത്യമായ സ്ഥലമറിയാതെ ആർക്കും സഹായിക്കാനാകില്ല. ചങ്ങാതിയുടെ പേരുള്ളവരും ധാരാളമുണ്ട്. എങ്കിലും പ്രതീക്ഷ കൈവിടാതെ അവൻ അലയുന്നു.

നിരവധി പേരെ സഹായാന്വേഷണവുമായി അഹമ്മദ് സമീപിക്കുന്നുണ്ട്. ഒടുവിൽ ഒരു വൃദ്ധൻ സഹായിക്കാനെത്തുന്നു. അഹമ്മദ് അന്വേഷിക്കുന്ന ബാലന്റെ പേരും വീടും തനിക്കറിയാമെന്ന് അയാൾ പറയുന്നു. അയാൾക്കൊപ്പം അഹമ്മദ് നീങ്ങുന്നു.

അപ്പോഴേക്കും രാത്രിയായി. വൃദ്ധനാകട്ടെ വളരെ പതുക്കെ മാത്രമേ നടക്കാനാകുന്നുള്ളൂ. പയ്യന് അതിവേഗത്തിൽ പോകേണ്ടതുണ്ട്. ഒടുവിൽ വൃദ്ധൻ അവനെ തനിയെ പോകാൻ അനുവദിക്കുന്നു. കുറച്ചു ദൂരം പോകുമ്പോഴേക്കും നായ്ക്കളുടെ കുര കേട്ടു ഭയന്ന പയ്യൻ അവിടെ

നിൽക്കുന്നു. വൃദ്ധൻ അവിടേക്കു നടന്നെത്തി, വീണ്ടും അവർ ഒരുമിച്ചാകുന്നു. ഏതായാലും ചങ്ങാതിയെ കാണാൻ കഴിയാതെ ബാലൻ സ്വന്തം വീട്ടിലേക്കു ആ രാത്രിയിൽ മടങ്ങിച്ചെല്ലുന്നു.

രാത്രി അമ്മ അത്താഴം വിളമ്പി വിളിക്കുന്നുണ്ടെങ്കിലും അഹമ്മദിന് അതു കഴിക്കാൻ തോന്നുന്നില്ല. ഹോംവർക്ക് ചെയ്യാനുണ്ടെന്നു പറഞ്ഞ് അവൻ ഉറക്കമിളക്കുന്നു. കൂട്ടുകാരനുള്ള ഹോംവർക്കുകൾ കൂടി ചെയ്തുതീർത്താണ് അവനുറങ്ങുന്നത്. പിറ്റേന്ന് നോട്ട്ബുക്ക് അവൻ കൂട്ടുകാരനു തിരിച്ചെത്തിക്കുന്നു. ഹോംവർക്കും മറ്റും നന്നായി ചെയ്തിരിക്കുന്നതു കണ്ട് അദ്ധ്യാപകൻ അവരെ അഭിനന്ദിക്കുന്നു.

കുട്ടികളെ കേന്ദ്രകഥാപാത്രങ്ങളാക്കുന്ന വിഖ്യാത ഇറാനിയൻ സിനിമകളുടെ ഒരു മാതൃകയാണ് ഇതും. ഇതേ സംവിധായകൻ ഇതേ ശൈലിയിലുള്ള വേറെയും ചിത്രങ്ങൾ എടുത്തിട്ടുണ്ട്. പതിനഞ്ചു വയസ്സിനു മുമ്പ് ഒരു കുട്ടി കണ്ടിരിക്കേണ്ട ചിത്രങ്ങളുടെ കൂട്ടത്തിൽ പല പട്ടികകളും ഈ ചിത്രത്തെയും ഉൾപ്പെടുത്തിയിട്ടുണ്ട്.

കുട്ടികളുടെ സഹജമായ നിഷ്കളങ്കതയും നന്മയും ചിത്രീകരിക്കപ്പെടുന്ന ഈ സിനിമ ഇറാനിയൻ ഗ്രാമീണജീവിതത്തിലേക്കും വെളിച്ചം വീശുന്നു. മനുഷ്യജീവിതം എല്ലായിടത്തും സമാനമാണെന്ന് ഓർമ്മിപ്പിക്കുന്ന ഈ സിനിമ നന്മയുടെ പ്രചോദനം പ്രേക്ഷകരിൽ ജനിപ്പിക്കുന്നു.

നോ മാൻസ് ലാൻഡ് (2001)
ഡാനിസ് ടർനോവിച്

ഇപ്പോഴത്തെ ബോസ്നിയ-ഹെർസഗോവിനായിൽ (മുൻ യുഗോസ്ലാവിയ) '90 കളിൽ സെർബ് വംശജർക്കിടയിൽ നടന്ന പോരാട്ടങ്ങളിൽ പങ്കെടുത്ത സൈനികരും അവിടെ സമാധാനസ്ഥാപനത്തിനായെത്തുന്ന ഐക്യരാഷ്ട്രസഭയുടെ സൈന്യവും യുദ്ധം റിപ്പോർട്ട് ചെയ്യാനെത്തിയവരും ഒക്കെയാണ് പ്രധാന കഥാപാത്രങ്ങൾ.

യുദ്ധത്തിൽ വിരുദ്ധ വിഭാഗങ്ങളിലായി പോരടിക്കാൻ വിധിക്കപ്പെട്ട രണ്ടു സൈനികർ തമ്മിലുള്ള സമാഗമമാണ് ചിത്രം കാണിക്കുന്നത്. ബോസ്നിയക്കും സെർബിയക്കും ഇടയ്ക്ക്, ഇരു കൂട്ടർക്കും അവകാശമില്ലാത്ത നോ മാൻസ് ലാൻഡിലെ ഒരു കിടങ്ങിൽ ആകസ്മികമായി പെട്ടുപോകുന്ന ബോസ്നിയൻ സൈനികൻ. അയാളെ കണ്ടെത്തുന്ന സെർബിയൻ സൈനികൻ. കിടങ്ങിൽ ഇരുവരും രൂക്ഷമായ ദ്വന്ദ്വയുദ്ധത്തിൽ ഏർപ്പെടുന്നു. ഇതിനിടയിൽ തന്നെ തങ്ങൾക്കിടയിൽ ചില കാര്യങ്ങളിലുള്ള ഐക്യവും അവർ കണ്ടെത്തുന്നുണ്ട്.

കിടങ്ങിൽ മറ്റൊരു സൈനികൻ അബോധാവസ്ഥയിലുണ്ട്. ഒരു കുഴിബോംബുമായി ബന്ധപ്പെട്ടിരിക്കുകയാണ് അയാളുടെ ശരീരം. അനങ്ങിയാൽ ബോംബ് പൊട്ടി മരിക്കും. അതിനാൽ രക്ഷപ്പെടാനുള്ള ശ്രമം പോലും നടത്താനാകില്ല. ഇത്തരത്തിൽ സങ്കീർണമായ കുഴപ്പത്തിൽ പെട്ടിരിക്കുകയാണ് ഒരേ സ്ഥലത്തു മൂന്നു സൈനികർ.

ആരാണ് ഇവരെ രക്ഷിക്കുക? ഐക്യരാഷ്ട്രസഭയുടെ സമാധാന സംരക്ഷണ സേന വിവരമറിഞ്ഞെത്തുന്നു. യു എൻ സൈനികോദ്യോഗസ്ഥനാണ് നാലാമത്തെ പ്രധാന കഥാപാത്രം. അദ്ദേഹത്തിന് ഇവരെ രക്ഷിക്കണമെന്നുണ്ട്. എന്നാൽ യു എൻ സമാധാനസേനയ്ക്ക് കുറേ നിയന്ത്രണങ്ങളും പെരുമാറ്റച്ചട്ടങ്ങളുമുണ്ട്. യുദ്ധത്തിൽ ഏതെങ്കിലുമൊരു പക്ഷത്തിനു വേണ്ടിയെന്നു വ്യാഖ്യാനിക്കപ്പെടാവുന്ന വിധത്തിൽ യാതൊരു ഇടപെടലും നടത്താൻ യു എൻ സൈന്യത്തിനു സാധിക്കില്ല. നിഷ്പക്ഷതയായിരിക്കണം ഒരു യുദ്ധസാഹചര്യത്തിൽ ഐക്യരാഷ്ട്രസഭാസൈന്യത്തിന്റെ മുഖമുദ്ര. സൈന്യത്തിന്റെ മേലധികാരികളിൽ നിന്ന് ഈ പ്രശ്നത്തിൽ ഇടപെടുന്നതിനുള്ള അനുമതി ലഭിക്കുകയാണ് ദുഷ്കരം.

ഈ ഘട്ടത്തിലാണ് മാധ്യമങ്ങളുടെ ഇടപെടൽ. ഒരു ടെലിവിഷൻ മാധ്യമപ്രവർത്തകന്റെ നീക്കങ്ങളെ തുടർന്ന് നോ മാൻസ് ലാൻഡിലെ പ്രശ്നപരിഹാരത്തിനു നടപടികൾ സ്വീകരിക്കാൻ യു എൻ നേതൃത്വം നിർബന്ധിതമാകുകയാണ്. ഈ സമയത്ത് സമാധാനസ്ഥാപനത്തിനു ചുമതലപ്പെട്ട പ്രധാനപ്പെട്ട ഉദ്യോഗസ്ഥരെല്ലാം സ്വിറ്റ്സർലന്റിൽ മാധ്യമങ്ങളുമായുള്ള ബന്ധങ്ങളെ കുറിച്ചുള്ള ഒരു സെമിനാറിൽ പങ്കെടുക്കുകയായിരുന്നു! ഒടുവിൽ ജർമ്മനിയിൽ നിന്നുള്ള ഒരു ബോംബ് നിർവീര്യകരണ വിദഗ്ദ്ധനെ വിളിച്ചു വരുത്താനും തീരുമാനിക്കപ്പെടുന്നു.

ഒരു യുദ്ധത്തിന്റെ ശത്രുധ്രുവങ്ങളിൽനിന്നു പരസ്പരം പോരടിക്കുന്നവർ പലപ്പോഴും ശത്രുക്കളാകുന്നത് കേവലം യാദൃശ്ചികമായാണ്. പ്രിയപ്പെട്ടവർ പ്രത്യേകിച്ചു കാരണമൊന്നുമില്ലാതെ പരസ്പരം തല്ലാനും കൊല്ലാനും ഇടയാക്കുന്ന വിചിത്രമായ നാടകമാണ് ജീവിതം. ഈ സിനിമ പറയുന്നത് യുദ്ധം തികഞ്ഞ അസംബന്ധമാണെന്നാണ്. പല്ലും നഖവുമില്ലാത്ത യു എൻ സമാധാനസംരംഭങ്ങളെയും അടിയന്തിരഘട്ടങ്ങളെ പോലും നടപടിച്ചട്ടങ്ങളുടെ ചുവപ്പുനാടകളിൽ കുരുക്കിയിടുന്ന ഉദ്യോഗസ്ഥദുർഭരണത്തെയും യുദ്ധങ്ങളിലും സ്വന്തം കച്ചവടസാദ്ധ്യതമാത്രം കാണുന്ന മാധ്യമങ്ങളുടെ അല്പത്തത്തെയുമെല്ലാം ഈ സിനിമയിൽ തുറന്നു കാണിക്കുകയും പരിഹസിക്കുകയും ചെയ്യുന്നു. ഭീകരതയും ഹാസ്യവും സമന്വയിപ്പിക്കുകയെന്ന സവിശേഷതയും ഈ ചിത്രത്തിനുണ്ട്.

യുദ്ധത്തിന്റെ ഭീകരതയും അർത്ഥശൂന്യതയും കറുത്ത ഹാസ്യത്തിന്റെ മേമ്പൊടിയോടെ ഹൃദയസ്പർശിയായി ചിത്രീകരിച്ചിരിക്കുകയാണ് 'നോ മാൻസ് ലാൻഡി'ന്റെ തിരക്കഥാകൃത്തു കൂടിയായ സംവിധായകൻ. മികച്ച വിദേശഭാഷാചിത്രത്തിനുള്ള ഓസ്കർ നേടിയ നോ മാൻസ് ലാൻഡ് ഈ സംവിധായകന്റെ ആദ്യചലച്ചിത്രമെന്ന സവിശേഷതയും പേറുന്നു. ഓസ്കറിനു പുറമെ ഗോൾഡൻ ഗ്ലോബ്, യൂറോപ്യൻ ഫിലിം അക്കാദമി, കെയിൻസ് അക്കാദമി അവാർഡുകളും ഈ ചലച്ചിത്രത്തെ തേടിയെത്തി.

ദി അതർ സൺ (2012)

ലൊറേയ്ൻ ലെവി

പതിനെട്ട് തികയുന്നതോടെ സൈന്യത്തിൽ ചേരാനൊരുങ്ങുകയാണ് ഇസ്രായേൽ പൗരനും യഹൂദനുമായ ജോസഫ് സിൽബെർഗ്. എന്നാൽ അതിനുവേണ്ടിയുള്ള ആരോഗ്യ പരിശോധനകൾക്കിടെ ഒരു കാര്യം തിരിച്ചറിയപ്പെടുന്നു. അവന്റെ രക്തം മാതാപിതാക്കളുടേതിനു സമാനമല്ല. ഡി എൻ എ ഉൾപ്പെടെയുള്ള കൂടുതൽ പരിശോധനകൾ നടത്തി. ശരിക്കുള്ള മാതാപിതാക്കൾ മറ്റാരോ ആണെന്നു വ്യക്തമായി.

അതു സംബന്ധിച്ച അന്വേഷണങ്ങൾ നടന്നു. ജോസഫ് ജനിച്ച ദിവസം ആശുപത്രിയിൽ ബോംബ് സ്ഫോടനം നടന്നതിനെ തുടർന്ന് രോഗികളെ രാത്രിക്കു രാത്രി ഒഴിപ്പിച്ച് അഭയകേന്ദ്രത്തിലേക്കു മാറ്റിയിരുന്നു. അന്നു തന്നെ നടന്ന മറ്റൊരു പ്രസവത്തിലെ കുഞ്ഞുമായി

ജോസഫിനെ മാറിപോയതാണ്. ആസ്പത്രി അധികൃതർക്കു വന്ന ഒരു നോട്ടപ്പിശക്.

കുഞ്ഞിനെ മാറി നല്കിയ മാതാപിതാക്കളെയും അന്വേഷിച്ചു കണ്ടുപിടിച്ചു. അതൊരു പലസ്തീനിയൻ കുടുംബമാണ്. അവിടെ ഒരു മുസ്ലീം വിശ്വാസിയും പലസ്തീനിയൻ പൗരനുമായി കഴിയുകയാണ് ആ പയ്യൻ. ചുരുക്കത്തിൽ ഇസ്രായേലിയായ ബാലൻ കൊടിയ ശത്രുക്കളായ പലസ്തീനിലെ കുടുംബത്തിൽ വളർന്നു. പലസ്തീൻ ബാലൻ ഇസ്രായേലിലും. യഹൂദ ബാലൻ മുസ്ലീമായും മുസ്ലീം ബാലൻ യഹൂദനായും വളർത്തപ്പെട്ടിരിക്കുന്നു. സങ്കീർണമാണ് സ്ഥിതി വിശേഷം. ഇതിനെ വിവിധ കുടുംബാംഗങ്ങൾ എങ്ങനെ നേരിടുമെന്നതാണ് പ്രശ്നം.

ശത്രുരാജ്യത്ത്, ശത്രുമതത്തിൽ വളർത്തപ്പെട്ടവരെന്ന നിലയിൽ പിതാക്കന്മാർക്ക് തങ്ങളുടെ സ്വന്തം മക്കളോട് വലിയ താത്പര്യം തോന്നുന്നില്ല. എന്നാൽ അമ്മമാർക്ക് സ്വന്തം മക്കളെ തിരികെ കിട്ടുവാനാണ് ആവേശം. ഈ മക്കളാകട്ടെ അതിവേഗം അടുത്ത സുഹൃത്തുക്കളായി മാറുന്നു.

ജോസഫ് സൈനിക സേവനത്തിനു തയ്യാറായി നിൽക്കുകയായിരുന്നെങ്കിലും അവന്റെ യഥാർത്ഥ സ്വപ്നം ഒരു പാട്ടുകാരനാകുക എന്നതായിരുന്നു. പലസ്തീനിയൻ കുടുംബത്തിൽ വളർത്തപ്പെട്ട യാസിൻ എന്ന ബാലനാകട്ടെ, ഫ്രാൻസിൽ പോയി പഠിക്കാൻ അവസരം കിട്ടിയ ആളാണ്. മതതീവ്രവാദത്തിനെതിരായ അവൻ യൂറോപ്പിൽ ഭാവി ജീവിതം ചിലവിടാൻ ആഗ്രഹിക്കുന്നു. എന്നാൽ അവന്റെ പിതാവും സഹോദരൻ ബിലാലും കടുത്ത ഇസ്രായേൽ വിരോധം പുലർത്തുന്നവരാണ്. ഇസ്രായേൽ കുടുംബത്തിൽ വളർത്തപ്പെട്ട ജോസഫ് തങ്ങളുടെ പുത്രനും സഹോദരനുമാണെന്ന വസ്തുത അവരെ വളരെയധികം അലോസരപ്പെടുത്തുന്നുണ്ട്.

അങ്ങനെയിരിക്കെ ഒരു ദിവസം ജോസഫ് അതിർത്തി കടന്ന് യാസിനെ സന്ദർശിക്കാൻ അവരുടെ വീട്ടിലെത്തുന്നു. അപ്രതീക്ഷിതമായ ആ വരവിൽ അമ്പരക്കുകയാണ് ആ കുടുംബം. പിന്നെ പെട്ടെന്നു തന്നെ അതിനോടു പൊരുത്തപ്പെടുന്നു. തുടർന്ന് അവനൊരുമിച്ചു ഭക്ഷണത്തിനു തയ്യാറാകുന്നു.

ഒരു നിമിഷം, ഏതോ ഒരു പ്രചോദനം സ്വീകരിച്ച് ജോസഫ് ഒരു പാട്ടു പാടുകയാണ്. അത് പിരിമുറുക്കത്തിന്റെ ആ അന്തരീക്ഷത്തെയാകെ മാറ്റുന്നു.

ജോസഫ് യാസിനായും തിരിച്ചും വളർത്തപ്പെട്ടിരുന്നെങ്കിൽ എന്തു സംഭവിക്കുമായിരുന്നു? യഥാർത്ഥത്തിൽ കാതലായ എന്തു മാറ്റമാണ് ഇതുണ്ടാക്കിയത്? യുദ്ധത്തിന്റെയും ശത്രുതയുടെയും വംശീയതയുടെയും

മതമൗലികവാദത്തിന്റെയുമെല്ലാം അർത്ഥങ്ങളും അർത്ഥശൂന്യതകളും ഈ ചിത്രം വെളിവാക്കുന്നുണ്ട്.

ഡി എൻ എ നോക്കി മാത്രം നിങ്ങൾക്കു ചേരാവുന്ന അപൂർവം സൈന്യങ്ങളിലൊന്നാണ് ഇസ്രായേൽ സൈന്യമെന്ന് രക്തപരിശോധന യുടെ ഘട്ടത്തിൽ ആസ്പത്രി ഉദ്യോഗസ്ഥൻ പറയുന്നുണ്ട്. അതായതു യഹൂദർക്കു മാത്രം പൗരത്വം ലഭിക്കുന്ന രാജ്യം, സൈന്യം. മുസ്ലീം മാതാ പിതാക്കൾക്കു ജനിച്ചവനാണ് താനെന്നറിയുമ്പോൾ ജോസഫ് തന്റെ റബ്ബിയോടു ചോദിക്കുന്നുണ്ട്, താനിപ്പോഴും യഹൂദനാണോ എന്ന്. ജോസഫ് തന്റെ നല്ല വിദ്യാർത്ഥിയാണെന്നും എന്നാൽ അമ്മ യഹൂദയ ല്ലാത്തതിനാൽ ജോസഫ് യഹൂദനല്ലെന്നും വേണമെങ്കിൽ മതം മാറാ വുന്നതാണെന്നും ആണു റബ്ബിയുടെ മറുപടി. മുസ്ലീം കുടുംബത്തിൽ വളർന്ന യാസിൻ യഹൂദനാണോ എന്ന ചോദ്യത്തിന് സാങ്കേതികമായി അതെയെന്നും ഉത്തരം ലഭിക്കുന്നു.

ശത്രുക്കളാണെന്നു ധരിച്ച് ഒരു യുദ്ധത്തിൽ ജോസഫും യാസിനും പരസ്പരം കൊല്ലാൻ ശ്രമിച്ചാൽ അതിന്റെ അർത്ഥമെന്താണ്? അർത്ഥ ശൂന്യത എന്നൊരർത്ഥമേ അതിനുള്ളൂ. ഫലത്തിൽ ഇസ്രായേലിനും പലസ്തീനിനുമിടയിലും മറ്റനേകം രാജ്യങ്ങൾക്കും വംശങ്ങൾക്കുമിട യിലും സംഭവിച്ചുകൊണ്ടിരിക്കുന്നത് അതു തന്നെയാണല്ലോ.

ടേസ്റ്റ് ഓഫ് ചെറി (1997)
അബ്ബാസ് കിയോരസ്താമി

തന്റെ കാറോടിച്ചു നഗരത്തിലൂടെയും നഗരപ്രാന്തങ്ങളിലൂടെയും അലയുകയാണ് മദ്ധ്യവയസ്കനായ ഒരാൾ. ഒരു യുവാവിനെ അയാൾ കാറിൽ കയറ്റുന്നു. ഒരു കുർദിഷ് സൈനികനായ അയാൾ സൈനിക ബാരക്കിലേക്കുള്ള യാത്രയിലാണ്. കാർയാത്രക്കിടയിൽ കാറോടിക്കുന്നയാൾ യുവസൈനികനോട് തന്റെ ഒരു ആവശ്യം വെളിപ്പെടുത്തുന്നു.

താൻ ആത്മഹത്യ ചെയ്യാൻ നിശ്ചയിച്ചിരിക്കുകയാണ്. മൃതദേഹം കുഴിച്ചിടുന്നതിനുള്ള കുഴി താൻ തന്നെ തയ്യാറാക്കിയിട്ടുണ്ട്. ഇന്നു രാത്രി ഉറക്കഗുളികകൾ കഴിച്ച് താൻ അതിൽ ചെന്നു കിടക്കും. ചെയ്യേണ്ട ജോലി ഇതാണ്: രാവിലെ കുഴിയുടെ അരികിൽ ചെന്നു നോക്കുക. അയാളെ ഒന്നു വിളിക്കുക. മരിച്ചുവെന്നുറപ്പാക്കിയിട്ട് ഇരുപതു തൂമ്പാ മണ്ണ് കുഴിയിലേക്കിട്ട് കുഴി മൂടുക. പ്രതിഫലം മൂൻകൂർ നൽകാം. അതു കനത്ത തുകയുണ്ട്.

യുവാവ് ഈ വാഗ്ദാനം നിരസിക്കും. പ്രതിഫലത്തുകയുടെ വലിപ്പം പറഞ്ഞ് അയാൾ പ്രലോഭിപ്പിക്കുന്നുണ്ട്. പക്ഷേ, യുവാവ് ഈ ജോലിയേറ്റെടുക്കാൻ സന്നദ്ധനല്ല. താൻ തയ്യാറാക്കിയിട്ടിരിക്കുന്ന കുഴി യുവാവിനെ കാണിക്കാൻ അയാൾ ശ്രമിക്കുന്നുണ്ട്. അസ്വസ്ഥനായ യുവാവ് കാറിൽ നിന്നിറങ്ങി ഓടിയകലുന്നു.

പിന്നെ വിജനമായ ഒരു വഴിയരികിൽ റോഡ്നിർമ്മാണത്തിനുള്ള ഒരു യന്ത്രത്തിനു കാവലിരിക്കുന്ന ജോലിക്കാരനെ അയാൾ സമീപിക്കുന്നു. വിരസമായ ഏകാന്തത മാറ്റുന്നതിന് അയാളെ ഒരു സൗജന്യ സവാരിക്കായി ക്ഷണിക്കുന്നെങ്കിലും ജോലിയുടെ ഉത്തരവാദിത്വം പറഞ്ഞ് അയാൾ ഒഴിവാകുന്നു.

തുടർന്ന് അയാൾ ഒരു വൈദികവിദ്യാർത്ഥിയെ സമീപിക്കുന്നു. ഏതാനും ദിവസത്തെ ഒഴിവുദിനങ്ങൾ ചിലവിടാൻ തന്റെ സുഹൃത്തിനു സമീപമെത്തിയിരുന്ന ആ യുവാവിനെ ഒരു സവാരിക്കെന്നു പറഞ്ഞാണ് കാറിൽ കയറ്റുന്നത്. സവാരിക്കിടയിൽ ഇയാൾ ആത്മഹത്യാപദ്ധതി ആ വിദ്യാർത്ഥിക്കുമുമ്പിലും അവതരിപ്പിക്കുന്നു. പഠനച്ചെലവിനായി ഒഴിവുകാലത്ത് കൂലിപ്പണിക്കു പോകുന്ന വിദ്യാർത്ഥിയുടെ മുമ്പിൽ വൻതുകയുടെ പ്രതിഫലക്കാര്യം ഊന്നിപ്പറയുന്നുണ്ട്. മതവിദ്യാർത്ഥിയായതിനാൽ ആത്മഹത്യയുടെ അധാർമ്മികത വിദ്യാർത്ഥി ഇയാൾക്കുമുമ്പിൽ നിരത്തുന്നു. മതപ്രസംഗം കേൾക്കാനാണെങ്കിൽ അതിനു വൈദഗ്ദ്ധ്യമുള്ള മറ്റു പണ്ഡിതരുണ്ടെന്നും തനിക്കാവശ്യം കുഴിയിൽ മണ്ണിട്ടു മൂടാനുള്ള ഒരു ജോലിക്കാരനാണെന്നും അതിനു നല്ല പ്രതിഫലം നൽകാമെന്നും ഇയാൾ ആവർത്തിക്കുന്നു. വിദ്യാർത്ഥി ജോലി ഏറ്റെടുക്കാൻ തയ്യാറല്ല. അയാൾ യാത്ര പറഞ്ഞു പിരിയുന്നു.

പിന്നെ ഇയാൾക്കൊപ്പം കാറിൽ കയറുന്നത് അയാളേക്കാൾ പ്രായമുള്ള ഒരാളാണ്. ഒരു മ്യൂസിയത്തിൽ ജീവികളുടെ തോലിനുള്ളിൽ പഞ്ഞിയും മറ്റും നിറച്ച് അവയെ ജീവനുള്ള രൂപത്തിന്റെ സാദൃശ്യത്തിൽ പുനഃസൃഷ്ടിക്കുന്ന ടാക്സിഡെർമിസ്റ്റ് ആയി ജോലി ചെയ്യുന്ന ഒരാളാണത്. അയാളുടെ ഒരു കുട്ടിക്ക് ഗുരുതരമായ അസുഖം ബാധിച്ചിരിക്കുന്നതിനാൽ ചികിത്സയ്ക്കു പണം ആവശ്യമുണ്ട്. അതിനാൽ കുഴിയിൽ മണ്ണിട്ടു മൂടുന്ന ജോലി ഏറ്റെടുക്കാൻ ടാക്സിഡെർമിസ്റ്റ് തയ്യാറാകുന്നു. തുടർന്നുള്ള യാത്രയിൽ ആത്മഹത്യ ഒഴിവാക്കണമെന്ന് ടാക്സിഡെർമിസ്റ്റ് ഇയാളോട് ഉപദേശിക്കുന്നുണ്ട്.

അതിനാധാരമായി സ്വന്തം അനുഭവകഥ അദ്ദേഹം വിവരിക്കുന്നു. താനും ഒരിക്കൽ ആത്മഹത്യ ചെയ്യാൻ നിശ്ചയിച്ചതാണ്. തൂങ്ങി മരിക്കുന്നതിന് അതിരാവിലെ സൂര്യനുദിക്കുന്നതിനു മുമ്പ് ഒരു മൾബെറിതോട്ടത്തിലെ മരത്തിൽ കയറി. കയർ കെട്ടുന്നതിനിടെ മൾബെറിപ്പഴങ്ങൾ തിന്നാൻ ഇടയായി. അതിന്റെ രുചി തന്നിൽ വീണ്ടും ജീവിതാഗ്രഹം ഉണർത്തി. പഴങ്ങൾ തിന്നുകൊണ്ടിരുന്നപ്പോൾ സൂര്യനുദിച്ചു.

മനോഹരമായ സൂര്യോദയം കണ്ടു. മരണചിന്ത മാറ്റി വച്ച് കുറെ മൾബെറിപ്പഴങ്ങളും പറിച്ച് വീട്ടിലേക്കു തിരികെ പോയി. അതുകൊണ്ട് താൻ ഇന്നും ജീവിച്ചിരിക്കുന്നു.

ഇതെല്ലാം കേട്ടിട്ടും പക്ഷേ നായകൻ ആത്മഹത്യാചിന്തയിൽ നിന്നു പിന്തിരിയുന്നില്ല. ഏതായാലും ഏറ്റെടുത്ത ജോലി താൻ ചെയ്തുകൊള്ളാമെന്നു ടാക്സിഡെർമിസ്റ്റ് വാക്കു നൽകുന്നു. പ്രതിഫലം മുൻകൂർ കൊടുത്തെങ്കിലും ജോലി കഴിഞ്ഞിട്ടുമതി കൂലിയെന്ന് വ്യക്തമാക്കി ടാക്സിഡെർമിസ്റ്റ് മ്യൂസിയത്തിനു മുമ്പിൽ ഇറങ്ങി പോകുന്നു. യാത്ര തുടർന്ന നായകൻ പെട്ടെന്നൊരാലോചനയിൽ വീണ്ടും മ്യൂസിയത്തിൽ മടങ്ങിയെത്തി ടാക്സിഡെർമിസ്റ്റിനെ കാണുന്നു. ഉറക്കഗുളികകൾ കഴിച്ച് കബറിൽ കിടക്കുന്ന താൻ മരിച്ചിട്ടുണ്ടെന്ന് മണ്ണിടുന്നതിനു മുമ്പ് ഉറപ്പുവരുത്തണമെന്ന് പ്രത്യേകം ഓർമ്മിപ്പിക്കുകയാണ് അയാൾ. അതു ചെയ്യാമെന്ന് ടാക്സിഡെർമിസ്റ്റ് പറയുന്നു. രണ്ടു ചെറിയ കല്ലുകൾ തന്റെ ദേഹത്തേക്ക് എറിഞ്ഞു നോക്കണം. രണ്ടല്ല മൂന്നു കല്ലുകൾ എറിയാമെന്ന് ടാക്സിഡെർമിസ്റ്റ്. ഈ സംഭാഷണം തുടരുന്നതിന് ടാക്സിഡെർമിസ്റ്റിനു താത്പര്യമില്ല. എല്ലാം പറഞ്ഞുറപ്പിച്ചിട്ടുള്ളതാണല്ലോ എന്ന ഭാവമാണ് അയാൾക്ക്.

നായകൻ രാത്രി കബറിലേക്കു പോകുന്നുണ്ട്. അപ്പോൾ വലിയ ഇടിവെട്ടും മഴയുമുണ്ടാകുന്നു. പിന്നെ എന്താണു സംഭവിക്കുന്നതെന്നു വ്യക്തമാക്കാതെയാണ് ഈ സിനിമ തീരുന്നത്. മഴ പെയ്യുമ്പോൾ അയാൾ ആത്മഹത്യ വേണ്ടെന്നു വച്ചിരിക്കാനാണ് സാദ്ധ്യത. ടാക്സിഡെർമിസ്റ്റിനെ രണ്ടാമതു ചെന്നു കണ്ട് മരിച്ചിട്ടുണ്ടെന്ന് ഉറപ്പാക്കിയിട്ടേ മണ്ണിടാവൂ എന്നു പറയുന്നതിൽ തന്നെ ഒരു പിൻവാങ്ങലിന്റെ ധ്വനിയുണ്ടായിരുന്നുവെന്നത് സിനിമയുടെ അന്ത്യത്തിൽ നമുക്കോർമ്മ വരുന്നു. അതിലപ്പുറം ഇതു വിശദീകരിക്കാൻ ചലച്ചിത്രകാരൻ തയ്യാറല്ല. ഒരുപക്ഷേ അതു തന്നെയാണ് ഈ സിനിമയുടെ ഭംഗിയും.

സിനിമ തുടങ്ങി അവസാനം വരെ മിക്കവാറും നായകന്റെ കാർയാത്രയാണ്. ലോംഗ്ഷോട്ടുകളാണ് ഏറെയും. ഇറാനിന്റെ സവിശേഷമായ ഭൂപ്രകൃതിയിലൂടെയുള്ള യാത്രകളിൽ അവസാനം ടാക്സിഡെർമിസ്റ്റ് അദ്ദേഹത്തെ സവിശേഷമായ ചില വഴികളിലൂടെ നയിക്കുന്നുണ്ട്. അതെല്ലാം പുതിയൊരു ജീവിതത്തെ കുറിച്ചുള്ള പുതിയ ചിന്തകൾ നായകനിൽ ഉണർത്തിയിരിക്കാം. നാലോ അഞ്ചോ കഥാപാത്രങ്ങൾ മാത്രമുള്ളതും ദീർഘദൃശ്യങ്ങളിലൂടെ വളരെ സാവധാനത്തിൽ ഇതൾ വിരിയുന്നതുമായ ഈ ചലച്ചിത്രം സ്വന്തം ജീവിതത്തെ കുറിച്ച് ആഴത്തിൽ ചിന്തിക്കാൻ പ്രേക്ഷകർക്ക് അവസരമേകുന്നുണ്ട്.

ഓഫ് ഗോഡ്സ് ആൻഡ് മെൻ (2010)

സേവ്യർ ബ്യൂവോ

മുസ്ലീം ഭൂരിപക്ഷരാജ്യമായ അൾജീരിയായിൽ മുസ്ലീങ്ങൾക്കിടയിൽ സേവനം ചെയ്യുന്ന ഫ്രാൻസിൽ നിന്നുള്ള ഒൻപതു പുരോഹിതന്മാർ. ട്രാപ്പിസ്റ്റ് എന്ന കത്തോലിക്കാ സന്ന്യാസസമൂഹത്തിലെ അംഗങ്ങളാണ് അവർ. ആശ്രമത്തിനു ചുറ്റുമുള്ള പാവപ്പെട്ട ജനങ്ങൾക്ക് മതഭേദചിന്തകളില്ലാതെ കഴിവുള്ള സഹായങ്ങളെല്ലാം സന്ന്യാസികൾ ചെയ്യുന്നുണ്ട്. ജനങ്ങൾക്ക് ചികിത്സയും മറ്റു സ്നേഹശുശ്രൂഷകളും നൽകിക്കൊണ്ട് സന്ന്യാസസമൂഹത്തിന്റേതായ പ്രാർത്ഥനകളിൽ മുഴുകി അവർ സാർത്ഥകമായ തങ്ങളുടെ സന്ന്യാസം മുന്നോട്ടു കൊണ്ടു പോകുന്നു.

അങ്ങനെയിരിക്കെ ആ മുസ്ലീം പ്രദേശത്തേക്ക് മുസ്ലീം മതതീവ്രവാദികളുടെ പ്രവർത്തനം വന്നെത്തുകയാണ്. അവർ അക്രമപ്രവർത്തനങ്ങൾ ആരംഭിക്കുമ്പോൾ കത്തോലിക്കാസന്ന്യസ്തരുടെ ആശ്രമത്തിനു പ്രാദേശികഭരണാധികാരികൾ സംരക്ഷണം വാഗ്ദാനം ചെയ്യുന്നുണ്ട്. എന്നാൽ അഴിമതിയിൽ മുങ്ങി നിൽക്കുന്ന ഭരണകൂടത്തിന്റെ സംരക്ഷണം സ്വീകരിക്കാൻ ആശ്രമമേധാവി വിസമ്മതിക്കുന്നു. ജനങ്ങൾക്കു ലഭ്യമല്ലാത്ത സംരക്ഷണം തങ്ങൾക്കു മാത്രമായി ലഭിക്കുന്നതിനോടും മേധാവിക്കു താത്പര്യമില്ല.

എന്നാൽ എല്ലാ സന്ന്യാസികൾക്കും ആശ്രമമേധാവിയുടെ തീരുമാനത്തോടു യോജിപ്പില്ല. അക്രമങ്ങളും ജീവാപായഭീഷണികളും വർദ്ധിക്കുമ്പോൾ പലരും ചഞ്ചലചിത്തരാകുന്നു. ഫ്രാൻസിലെ സ്വഭവനങ്ങളിലും നാടുകളിലും സുഖസൗകര്യങ്ങളും പ്രിയപ്പെട്ടവരുടെ സ്നേഹസൗഹൃദങ്ങളും സുരക്ഷിതത്വവും അനുഭവിച്ചു വളർന്നവരാണ് അവർ. ഇനിയും തിരിച്ചു ചെന്നാൽ അതെല്ലാം അവർക്കു വീണ്ടും ലഭിക്കുകയും ചെയ്യും. ജന്മനാട്ടിലേക്കു മടങ്ങി പോകാനുള്ള ആഗ്രഹം സന്ന്യാസികളിൽ ഉണരുന്നു. അവർ ആശ്രമമേധാവിയോട് അക്കാര്യം പറയുന്നു. മേധാവി വഴങ്ങുന്നില്ല.

ഈ അഭിപ്രായവ്യത്യാസം സന്ന്യാസികളിൽ നിലനിൽക്കെ അവർ ഭയപ്പെട്ടതു സംഭവിച്ചു. തീവ്രവാദികൾ ആശ്രമം ആക്രമിക്കുന്നു. ഒരു

ക്രിസ്മസ് രാത്രിയിൽ ആശ്രമം കീഴടക്കുന്ന തീവ്രവാദികൾ സന്ന്യാസി കളുടെ മരുന്നു ശേഖരവും മറ്റും ആവശ്യപ്പെടുന്നു. ആശ്രമമേധാവി, ഭീകരവാദികളുടെ തലവനോട് ഖുറാൻ ഉദ്ധരിച്ചാണ് സംസാരിക്കുന്നത്. ഇത് ഭീകരവാദനേതാവിൽ അദ്ഭുതവും ആദരവുമുണർത്തുന്നു. ആക്രമണത്തിൽ നിന്നു പിൻവാങ്ങുന്ന അയാൾ തുടർന്ന് ആശ്രമ ത്തിനു സംരക്ഷണവും വാഗ്ദാനം ചെയ്യുന്നു. പക്ഷേ ആ നേതാവ് ആക്രമണത്തിൽ കൊല്ലപ്പെടുന്നതോടെ ആ ആശ്വാസവും അവസാനി ക്കുന്നു.

തുടർന്ന് അക്രമങ്ങൾ വർദ്ധിക്കുന്നു. സന്ന്യാസികൾ മാതൃരാജ്യ ത്തേക്കു മടങ്ങിപ്പോകണമെന്നാണ് ഭരണാധികാരികളുടെ നിർദേശം. ഇതു സംബന്ധിച്ച് സന്ന്യാസികൾക്കിടയിൽ വീണ്ടും ചർച്ചകൾ നട ക്കുന്നു. മടങ്ങിപ്പോകാം എന്ന നിഗമനത്തിലാണ് അവരെത്തുന്നത്. ഇതു സംബന്ധിച്ച് പ്രദേശവാസികളായ മുസ്ലീങ്ങളോടു സംസാരിക്കുമ്പോൾ അവർക്കു തങ്ങളോടുള്ള സ്നേഹവാത്സല്യങ്ങൾ സന്ന്യാസികൾ വീണ്ടും തിരിച്ചറിയുകയാണ്. തങ്ങൾ ദേശാടനപക്ഷികളാണെന്നും തിരികെ പോകാൻ സമയമായെന്നും പറയുന്ന സന്ന്യാസികളോടു ഒരു മുസ്ലീം വനിതയുടെ മറുപടി തങ്ങളാണ് പക്ഷികളെന്നും തങ്ങൾ ചേക്കേറിയി രിക്കുന്ന ചില്ലകളാണ് സന്ന്യാസികളെന്നുമായിരുന്നു. വീണ്ടും പ്രാർ ത്ഥിച്ചും ധ്യാനിച്ചും സന്ന്യാസികളെടുക്കുന്ന തീരുമാനം എന്തു വന്നാലും ജനങ്ങൾക്കൊപ്പം തന്നെ നിൽക്കുക എന്നതായിരുന്നു. അങ്ങനെ അവർ ആ നാട്ടിൽ, സംഘർഷങ്ങൾക്കും അരക്ഷിതത്വത്തിനും നടുവിൽ സന്ന്യാസജീവിതം തുടരുന്നു.

ഒടുവിൽ അവർ ഭീകരവാദികളുടെ അക്രമങ്ങൾക്കു വിധേയരാകുക തന്നെയാണ്. ഭീകരവാദികളുടെ പിടിയിലാകുന്ന അവരുടെ മുമ്പിൽ ഇനി മരണമാണുള്ളത്. ആ ഘട്ടത്തിൽ മരണത്തിന്റെ മുഖത്തു നോക്കിക്കൊണ്ട് ധീരതയോടെ ക്രിസ്റ്റ്യൻ എന്നു പേരുള്ള സന്ന്യാസമേധാവി നൽകുന്ന വിശ്വാസസാക്ഷ്യത്തോടെ സിനിമ തീരുന്നു.

"ഞാൻ പറയുന്നു, നിങ്ങൾ ദൈവങ്ങളാണ്. നിങ്ങളെല്ലാവരും അത്യുന്നതന്റെ മക്കളാണ്. എങ്കിലും നിങ്ങൾ മനുഷ്യരെ പോലെ മരിക്കും. ഏതു പ്രഭുവിനെയും പോലെ വീണു പോകും." എന്ന സങ്കീർത്തനവാക്യങ്ങളോടെ തുടങ്ങുന്ന ഈ സിനിമ ഒരു യഥാർത്ഥ സംഭവത്തെ ആധാരമാക്കിയെടുത്തതാണ്. 1996 ൽ അൾജീരിയായിൽ 7 ഫ്രഞ്ച് ട്രാപ്പിസ്റ്റ് സന്ന്യാസികൾ ഇതേ മട്ടിൽ കൊല്ലപ്പെട്ടിരുന്നു.

ദ ഗോഡ്സ് മസ്റ്റ് ബി ക്രേസി (1981)

ജെയ്മി എയ്സ്

ആഫ്രിക്കയിലെ കലഹാരി മരുഭൂവിൽ താമസിക്കുന്ന ആദിവാസി കുടുംബക്കൂട്ടത്തിന്റെ നായകനാണ് ജി. തങ്ങളുടെ കൊച്ചു സമൂഹത്തിനപ്പുറത്ത് ഒരു ലോകമുണ്ടെന്നറിയാത്തവരാണവർ. എന്നാൽ ലോകത്തിലെ ഏറ്റവും സംതൃപ്തരായ മനുഷ്യർ. ഭൂമി തരുന്നതു ഭക്ഷിച്ചും അപൂർവമായി വേട്ടയാടിയും അവർ സന്തോഷത്തോടെ ജീവിച്ചു പോന്നു. അങ്ങിനെയിരിക്കെയാണ് ആകാശത്തു നിന്ന് ഒരു കോളക്കുപ്പി അവർക്കു വീണു കിട്ടുന്നത്. ദൈവങ്ങൾ നൽകിയതാണതെന്ന് അവർ കരുതി. ഒരുപകാരവുമില്ലെന്നു കരുതിയ അതിന് അവർ പെട്ടെന്ന് ഉപയോഗങ്ങൾ കണ്ടുപിടിച്ചു. ആഹാരം ചതയ്ക്കാൻ, ചൂളം വിളിക്കാൻ എന്നിങ്ങനെ പലതിനും. വൈകാതെ അതിനുവേണ്ടി അവർക്കിടയിൽ മത്സരമായി. ആ കുടുംബത്തിന്റെ മനസ്സമാധാനം നഷ്ടമായി. വഴക്കുകളുണ്ടായി.

അതോടെ ഇതൊരു ചീത്തസ്സാധനമാണെന്നു ജി മനസ്സിലാക്കി. മഴയും കിഴങ്ങുകളും പഴങ്ങളും മൃഗങ്ങളും പോലെ നല്ല സാധനങ്ങൾ മാത്രം തങ്ങൾക്കു സമ്മാനിച്ചിട്ടുള്ള ദൈവം എന്തുകൊണ്ടാണ് ഇതു തങ്ങൾക്കു നൽകിയതെന്നു ജി അതിശയിച്ചു. ഏതായാലും ആ ചീത്ത സ്സാധനം ദൈവങ്ങൾക്കു തിരികെ കൊടുക്കാനുള്ള ശ്രമമായി. ദൈവ ങ്ങളുടെ കൈയിലേക്കെന്ന മട്ടിൽ മുകളിലോട്ടെറിഞ്ഞെങ്കിലും താഴേക്കു വന്നു. കുഴിച്ചിട്ടപ്പോഴാകട്ടെ മൃഗങ്ങൾ മാന്തി പുറത്തിട്ടു. ഒടുവിൽ വളരെ ദൂരെ ഭൂമിയുടെ അറ്റത്തു കൊണ്ടുപോയി അതുപേക്ഷിക്കാൻ തീരുമാന മെടുത്ത് അയാൾ ദീർഘയാത്ര പുറപ്പെട്ടു. ആ യാത്രക്കിടയിൽ അയാൾ പരിഷ്കൃത മനുഷ്യരെയും വാഹനങ്ങളെയും ഒക്കെ കാണുന്നു. വാഹന ങ്ങളെ വിചിത്രമായ മൃഗങ്ങളായി കാണുന്ന അയാൾക്ക് മറ്റൊന്നും പിടികിട്ടുന്നില്ല.

അലച്ചിലിനിടെ വിശപ്പു രൂക്ഷമായപ്പോൾ ജി ഒരു ആടിനെ വേട്ട യാടുന്നു. പക്ഷേ അതു മനുഷ്യർ വളർത്തുന്ന ആടായിരുന്നു. ആ കുറ്റ ത്തിന്റെ പേരിൽ ജിയെ വിചാരണ ചെയ്തു ജയിലിൽ ഇടുന്നു. ആദ്യ മായി മതിലുകളും കെട്ടിടങ്ങളും കാണുന്ന അയാൾ മൂന്നു മാസം ജയി ലിൽ കിടന്നാൽ മരിച്ചുപോകുമെന്ന് ആദിവാസികളെ കുറിച്ചറിയാവുന്ന പരിഭാഷകൻ പറഞ്ഞ്, വന്യജീവിഗവേഷകനായ സ്റ്റെയിൻ മനസ്സിലാ ക്കുന്നു. ഇരുവരും കൂടി തടവുപുള്ളികളെ കൊണ്ടു ജോലി ചെയ്യിക്കാ നുള്ള വ്യവസ്ഥ ഉപയോഗിച്ചു ആദിവാസിയെ മോചിപ്പിച്ച് തങ്ങളുടെ കൂടെ പാർപ്പിക്കുന്നു.

പരിഷ്കൃതമനുഷ്യരുടെ ലോകത്തു നിരന്തരം യുദ്ധങ്ങളും മത്സര ങ്ങളും കാപട്യങ്ങളും അരങ്ങേറുകയാണ്. സം ബോഗ എന്ന കമ്മ്യൂ ണിസ്റ്റ് ഗറില്ലാ നേതാവും സർക്കാർ സേനയും തമ്മിലുള്ള പോരാട്ടം രൂക്ഷമാകുന്നു. പ്രസിഡന്റിന്റെ കൊട്ടാരമാക്രമിച്ച് ചില മന്ത്രിമാരെ വധി ക്കുന്ന ബോഗ സൈന്യത്തിൽ നിന്നു രക്ഷ തേടി അയൽ രാജ്യമായ ബോട്സ്വാനയിലേയ്ക്കു പലായനം ചെയ്യുന്നു. അവിടെ ഒരു സ്കൂളിലെ കുട്ടികളെ ബന്ദികളാക്കി വില പേശി അയാൾ സുരക്ഷിതസ്ഥാനത്തേക്കു രക്ഷപ്പെടാൻ ശ്രമിക്കുന്നു.

അമേരിക്കയിൽ ഒരു പത്രപ്രവർത്തകയായിരുന്ന യുവതി, ബോട്സ്വാ നയിൽ അദ്ധ്യാപകരെ കിട്ടാനില്ലെന്ന വാർത്ത പത്രത്തിൽ പ്രസിദ്ധീക രിക്കാൻ തുനിയുന്നെങ്കിലും അതിനു വാർത്താമൂല്യമില്ലെന്നാണ് അധി കാരികളുടെ നിലപാട്. വാർത്ത കൊടുക്കാൻ സാധിക്കുന്നില്ലെങ്കിലും മാധ്യമജീവിതം മടുത്തിരുന്ന അവർ വാർത്തയിൽ നിന്നറിഞ്ഞതനു സരിച്ച് ബോട്സ്വാനയിൽ അദ്ധ്യാപികയായി പോകാൻ തീരുമാനി ക്കുന്നു. അവിടെ ചെന്നിറങ്ങുന്ന യുവതിക്ക് വിചിത്രമായ നിരവധി അനുഭവങ്ങളുണ്ടാകുന്നു. ഒടുവിൽ ഗറില്ലാനേതാവു ബന്ദികളാക്കിയ കുട്ടി കൾക്കൊപ്പം യുവതിയും ഉൾപ്പെടുന്നുണ്ട്.

വന്യജീവിഗവേഷകനായ സ്റ്റെയിൻസ് ആദിവാസിയെ കൂട്ടി അയാളുടെ അറിവുപയോഗിച്ചു വനഗവേഷണം നടത്തുന്നതിനിടെ ഗറില്ലകളെയും അവർ ബന്ദികളാക്കിയ കുട്ടികളെയും കാണാനിടയാകുന്നു. സ്ഥിതി ഗുരുതരമാണെന്നു മനസ്സിലാക്കുന്ന സ്റ്റെയിൻസും സഹപ്രവർത്തകനും ചേർന്ന്, ആദിവാസിയുടെ തനതായ നാട്ടറിവുകളും വൈദഗ്ദ്ധ്യങ്ങളുമുപയോഗിച്ച് ഗറില്ലാ സംഘത്തിൽ നിന്നു കുട്ടികളെയും യുവതിയെയും മോചിപ്പിക്കുന്നു.

പിന്നീട് അയാൾ പരിഷ്കൃതലോകത്തിലെ സുഹൃത്തുക്കളിൽ നിന്നു യാത്രയാകുന്നു. സ്റ്റെയിൻസ് അയാൾക്കു പണം നൽകുന്നുണ്ടെങ്കിലും അതു പണമാണെന്നയാൾക്കു മനസ്സിലാകുന്നതുപോലുമില്ല. പണമെന്നല്ല യാതൊന്നും സ്വന്തമാക്കുന്ന സംസ്കാരം ആദിവാസികൾക്കില്ല. യാതൊന്നും അവർക്കാവശ്യവുമില്ല. ആവശ്യമുള്ളതെല്ലാം പ്രകൃതി നൽകുന്നുണ്ട്.

ദ ഗോഡ്സ് മസ്റ്റ് ബി ക്രേസി എന്ന ഈ ഹാസ്യസിനിമയിലെ നിരവധി രംഗങ്ങൾ വലിയ ചിരിയുണർത്തുന്നവയാണ്. വെറുതെ ചിരിപ്പിക്കുക മാത്രമല്ല ചിന്തിപ്പിക്കുകയും ചെയ്യുന്നതാണ് ഈ സിനിമ. ദക്ഷിണാഫ്രിക്കൻ സ്വദേശിയായ സംവിധായകൻ വൻവിജയം നേടിയ ഈ സിനിമയുടെ മൂന്നു തുടർഭാഗങ്ങൾ കൂടി ഇതേ പേരിൽ എടുത്തിട്ടുണ്ട്.

ദ സോംഗ് ഓഫ് സ്പാരോസ് (2008)
മജീദ് മജീദി

ഒട്ടകപക്ഷികളുടെ ഫാമിൽ ജോലി ചെയ്യുന്ന ഗ്രാമവാസിയായ ഒരു സാധാരണക്കാരനാണ് കരീം. ഭാര്യയും മൂന്നു മക്കളുമുള്ള അയാൾ പരിമിതസൗകര്യങ്ങളിൽ പൂർണ സംതൃപ്തിയോടെ ജീവിക്കുന്നു. നീതിമാനും സ്നേഹസമ്പന്നനും ദൈവവിശ്വാസിയുമായ ഒരു നല്ല മനുഷ്യൻ. ഒട്ടകപക്ഷികളെ അയാൾ സ്നേഹിക്കുകയും അവയോടു സംസാരിക്കുകയും ചെയ്യുന്നുണ്ട്.

മകൾ ഹനിയ ബധിരയാണ്. അവളുടെ ശ്രവണ സഹായി ഒരു ചെളിക്കുഴിയിൽ വീണു. മറ്റു ആൺമക്കൾക്കും കൂട്ടുകാർക്കുമൊപ്പം കുഴിയിലിറങ്ങുന്ന കരീം അതു വീണ്ടെടുക്കുന്നെങ്കിലും അതിനകം അതു കേടായിരുന്നു. ആ കുഴിയിൽ മത്സ്യങ്ങളെ വളർത്തി പണമുണ്ടാക്കാമെന്ന കുട്ടികളുടെ പദ്ധതി അദ്ദേഹം നിരാകരിക്കുന്നു.

ഇതിനിടെ ഫാമിൽ നിന്ന് ഒരു ഒട്ടകപക്ഷി പുറത്തു കടന്നു രക്ഷപ്പെടുന്നു. വലിയ വിലയുള്ള ആ പക്ഷിയെ വീണ്ടെടുക്കാൻ കരീം കഠിനമായി പരിശ്രമിക്കുന്നുണ്ട്. ഒട്ടകപക്ഷിയുടെ രൂപമണിഞ്ഞ് പക്ഷിയുടെ ശ്രദ്ധയാകർഷിക്കാൻ മലഞ്ചെരിവുകളിലൂടെ കരീം നടന്നു നോക്കുന്നത് അയാളുടെ നിസ്സഹയാവസ്ഥ പ്രകടമാക്കുന്നുണ്ട്. പക്ഷേ ആ ശ്രമങ്ങളിലെല്ലാം പരാജയപ്പെടുന്ന കരീമിനു ഫാമിലെ ജോലിയും നഷ്ടമാകുന്നു.

ശ്രവണസഹായി നന്നാക്കണമെങ്കിൽ ടെഹ്റാൻ നഗരത്തിൽ പോകണം. കുട്ടിയുടെ പരീക്ഷ അടുത്തു വരുന്നതിനാൽ അതുമായി അയാൾ ബൈക്കിൽ നഗരത്തിലേക്കു പോകുന്നു. നഗരത്തിലെ ഗതാഗതകുരുക്കിൽ ഒരാൾ കരീമിന്റെ ബൈക്കിന്റെ പുറകിൽ കയറുന്നു. ഒരു പരസഹായം എന്ന നിലയിൽ അയാളെ ലക്ഷ്യത്തിലെത്തിക്കുന്ന കരീമിനു പക്ഷേ അയാൾ മാന്യമായ പ്രതിഫലം നൽകുന്നു. ടെഹ്റാനിൽ ബൈക്ക് ടാക്സികൾ ധാരാളമുണ്ട്. അതാണെന്നു തെറ്റിദ്ധരിച്ചാണ് കരീമിന്റെ ബൈക്കിൽ അയാൾ കയറിയത്. പ്രതിഫലം കിട്ടുന്നതോടെ കരീമിന്റെ മുമ്പിൽ പുതിയൊരു സാദ്ധ്യത തെളിഞ്ഞു വരികയാണ്. തുടർന്നുള്ള ദിവസങ്ങളിലും ബൈക്കുമായി അയാൾ നഗരത്തിലെത്താൻ തുടങ്ങി. കൊള്ളാവുന്ന വരുമാനവും അയാൾക്കു ലഭിച്ചു തുടങ്ങി. ഇതയാളുടെ ജീവിതവീക്ഷണത്തിലും തത്ത്വശാസ്ത്രങ്ങളിലുമെല്ലാം മാറ്റങ്ങൾ ഉണ്ടാക്കാൻ തുടങ്ങി. അനർഹമായ പണവും വസ്തുക്കളുമെല്ലാം

അയാൾക്കു സ്വന്തമാക്കാനാകുന്നു. അതിലയാൾക്കു കുറ്റബോധവും പതിയെ ഇല്ലാതാകുന്നു.

നഗരത്തിൽ നിന്നുള്ള മടക്കയാത്രകളിൽ അയാൾ പല വസ്തുക്കളും വീട്ടിലേയ്ക്കു കൊണ്ടുവരാൻ തുടങ്ങി. നഗരത്തിൽ ഉപയോഗശൂന്യമായി കിടക്കുന്ന കെട്ടിടനിർമ്മാണവസ്തുക്കളും മറ്റും ഇപ്രകാരം ഇയാൾ വീട്ടിൽ ശേഖരിച്ചു കൂട്ടുന്നു. ഒരിക്കൽ ഈ വസ്തുക്കളുടെ മുകളിൽ കയറിനിന്ന് ചില ജോലികൾ ചെയ്യുന്നതിനിടെ അവ ഇടിഞ്ഞു വീഴുകയും കരീമിനു ഗുരുതരമായ പരിക്കേൽക്കുകയും ചെയ്യുന്നു. അയാൾ പൂർണമായും കിടപ്പിലായി. പരസഹായമില്ലാതെ അനങ്ങാനാകാത്ത അവസ്ഥ. ഈ അവസ്ഥയിൽ അയാളുടെ പത്തു വയസ്സുകാരനായ മകൻ ജോലിക്കു പോകുന്നു. വേദനയോടെ അതു കണ്ടു നിൽക്കാനേ അയാൾക്കു കഴിയുന്നുള്ളൂ.

സ്വന്തമായി വരുമാനമുണ്ടാക്കി തുടങ്ങിയ ആ ബാലൻ തന്റെ പഴയ സ്വപ്നമായ മത്സ്യം വളർത്തൽ ആരംഭിക്കുന്നുണ്ട്. ധാരാളം മത്സ്യങ്ങൾ അവനും കൂട്ടുകാരും ചേർന്നു വളർത്തിയെടുക്കുന്നു. അതു വിൽക്കാനുള്ള ഒരു യാത്രയിൽ പതിയെ നടക്കാറായ കരീമും പങ്കാളിയാകുന്നുണ്ട്. പക്ഷേ യാത്രക്കിടയിൽ മത്സ്യങ്ങളെ സൂക്ഷിച്ചിരുന്ന ജാർ തകരുകയും മത്സ്യങ്ങൾ നിലത്തു വീണു പോകുകയും ചെയ്യുന്നു. കരീമിന്റെ മകൻ ആ മത്സ്യങ്ങൾ തനിക്കു പ്രയോജനപ്പെടുന്നില്ലെങ്കിലും അവിടെ കിടന്നു ചാകാൻ അനുവദിക്കാതെ ഒരു തോട്ടിലേക്കു തട്ടിയിടുന്നു. ഇതു കരീമിനെ സ്പർശിക്കുന്നുണ്ട്.

തിരികെ വീട്ടിലെത്തിയ കരീം വീണ്ടും വിശ്രമത്തിലാകുന്നു. പതിയെ ആരോഗ്യം വീണ്ടെടുക്കുന്ന അയാൾക്കടുത്ത് ഒരു സന്തോഷവാർത്തയെത്തുന്നു. ഫാമിൽ നിന്നു കാണാതെ പോയ ഒട്ടകപക്ഷിയെ തിരികെ കിട്ടി. കരീമിനു ജോലിയും. അയാൾ സന്തോഷത്തോടെ ഫാമിലേയ്ക്കു പോകുന്നു. ഒട്ടകപക്ഷികളെ വീണ്ടും കാണുമ്പോൾ കരീം ചിരകാല മിത്രങ്ങളെ കണ്ടിട്ടെന്ന പോലെ വികാരഭരിതനാകുന്നു.

നഗരബന്ധം നാട്ടിൻപുറ നന്മകളിൽ വരുത്തുന്ന വ്യതിയാനങ്ങളെ ഒരു ആർദ്രമായ കഥയുടെ പശ്ചാത്തലത്തിൽ വ്യാഖ്യാനിക്കുകയാണ് ഇറാനിയൻ സംവിധായകനായ മജീദ് മജീദിയുടെ ഈ സിനിമ. മജീദിയുടെ മറ്റു ക്ലാസിക് സിനിമകളിലെല്ലാമെന്നതുപോലെ ഇതിലും കുട്ടികൾ പ്രധാന കഥാപാത്രങ്ങളാകുന്നുണ്ട്.

ദ ബുക് തീഫ് (2003)

ബ്രയൻ പെഴ്സിവൽ

രണ്ടാം ലോകമഹായുദ്ധകാലത്തിനു മുമ്പുള്ള ജർമ്മനി. സഹോദരന്റെ മൃതസംസ്കാരം നടക്കുമ്പോൾ സെമിത്തേരിയിൽ നിന്നു ലഭിക്കുന്ന ഒരു പുസ്തകം ലീസൽ എന്ന പെൺകുട്ടി സ്വന്തമാക്കുന്നു. നാസികളെ പേടിച്ച് അമ്മ നാടുവിടുന്നതിനാൽ അവൾ ഒരു ദത്തുകുടുംബത്തിനു ഏൽപിക്കപ്പെടുന്നു. അവിടെ സമീപവാസിയായ റൂഡി എന്ന ബാലനുമായി അവൾ ചങ്ങാത്തത്തിലാകുന്നു. സ്കൂളിൽ ചേർക്കുന്ന ലീസലിനു എഴുതാനും വായിക്കാനും അറിയില്ലെന്നു വ്യക്തമാക്കപ്പെടുമ്പോൾ അവൾ പരിഹാസപാത്രമാകുന്നു. ലീസലിന്റെ ഈ പ്രശ്നം മനസ്സിലാക്കുന്ന വളർത്തുപിതാവ് അവളെ കനിവോടെ എഴുതാനും വായിക്കാനും പഠിപ്പിക്കുന്നു. തുടർന്നു കൈയിൽ കിട്ടുന്നതെല്ലാം വായിക്കുകയാണ്

ലീസൽ. പുസ്തകങ്ങളോടും വായനയോടും അവൾ വല്ലാത്ത ഒരു ഭ്രമം പ്രകടിപ്പിക്കുന്നു.

ഹിറ്റ്ലറുടെ നാസി യുവജനസംഘടനയുടെ ഭാഗമാകുന്ന ലീസലും റൂഡിയും, പുസ്തകങ്ങൾ കത്തിച്ചു കളയുന്ന ഒരു പരിപാടിയിൽ പങ്കെടുക്കാനിടയാകുന്നു. പുസ്തകകൂമ്പാരം അഗ്നിക്കിരയാക്കി എല്ലാവരും മടങ്ങി കഴിയുമ്പോൾ ലീസൽ അതിൽ നിന്നു കത്താതെ ശേഷിച്ചിരുന്ന ഒരു പുസ്തകം സ്വന്തമാക്കുന്നു. അവൾ പുസ്തകമെടുക്കുന്നത് മേയറുടെ ഭാര്യ ശ്രദ്ധിക്കുന്നു. ഇതു ലീസലിനെ ഭയപ്പെടുത്തുന്നുണ്ട്.

കുറെ ദിവസങ്ങൾക്കു ശേഷം വളർത്തമ്മ അലക്കിയ വസ്ത്രങ്ങൾ തിരിച്ചേല്പിക്കാൻ ലീസലിനെ മേയറുടെ വീട്ടിലേക്കയയ്ക്കുന്നു. അവിടെ ചെല്ലുമ്പോഴാണ് അതു മേയറുടെ ഭാര്യയാണെന്നു ലീസൽ തിരിച്ചറിയുന്നത്. അവൾ പേടിക്കുന്നെങ്കിലും മേയറുടെ ഭാര്യ അവളെ അകത്തേക്കു വിളിക്കുകയും അവിടെയുള്ള വലിയ ലൈബ്രറി തുറന്നു കൊടുക്കുകയും പുസ്തകങ്ങളെടുക്കാൻ അനുവദിക്കുകയും ചെയ്യുന്നു. പിന്നീട് ഇതറിയുന്ന മേയർ ഇതു തടയുകയും വസ്ത്രമലക്കുന്ന ജോലിയിൽ നിന്നു ലീസലിന്റെ അമ്മയെ ഒഴിവാക്കുകയും ചെയ്യുന്നു. എങ്കിലും അയാൾ കാണാതെ ഒളിച്ചു വന്നു പുസ്തകമെടുക്കാൻ ഭാര്യ അനുവദിക്കുന്നുണ്ട്.

യഹൂദർക്കെതിരെ ക്രൂരമായ അക്രമങ്ങൾ നടന്ന രാത്രിയിൽ രക്ഷപ്പെട്ട മാക്സ് എന്ന യുവാവിനെ ലീസലിന്റെ ദത്തുകുടുംബം രഹസ്യമായി സംരക്ഷിച്ചുപോരുന്നുണ്ട്. രോഗിയാകുന്ന മാക്സിനെ പുസ്തകങ്ങൾ വായിച്ചുകൊടുത്തും മറ്റും ലീസൽ ശുശ്രൂഷിക്കുന്നു. ലീസലിന്റെ കുടുംബത്തിൽ ഒരാളെ രഹസ്യമായി പാർപ്പിക്കുന്നുണ്ടെന്നും മേയറുടെ വീട്ടിൽ നിന്നു ലീസലിനു രഹസ്യമായി പുസ്തകങ്ങൾ കിട്ടുന്നുണ്ടെന്നും റൂഡി മനസ്സിലാക്കുന്നെങ്കിലും ആരോടും അതു പറയില്ലെന്ന വാക്ക് അവൻ കർക്കശമായി പാലിക്കുന്നു. അതിനായി ചില ത്യാഗങ്ങളും അവൻ സഹിക്കുന്നുണ്ട്.

അയൽക്കാരനായ ഒരു യഹൂദനെ സൈന്യം പിടിച്ചുകൊണ്ടുപോകുമ്പോൾ അയാൾ ജർമ്മൻ പൗരനാണെന്നു പറഞ്ഞു തടയാൻ ശ്രമിക്കുന്ന ലീസലിന്റെ വളർത്തുപിതാവിനെ സൈനികർ പിടിച്ചു തള്ളുകയും അദ്ദേഹത്തിന്റെ പേരെഴുതിക്കൊണ്ടു പോകുകയും ചെയ്യുന്നു. തന്റെ സാന്നിദ്ധ്യം ഈ കുടുംബത്തിനു പ്രശ്നമാകുമെന്നു മനസ്സിലാക്കുന്ന മാക്സ് അവിടെ നിന്നു പോകുന്നു. യഹൂദനായ മാക്സിനെ നാസികൾ പീഡിപ്പിക്കുമോ എന്ന ഭയം ലീസലിനെ അലട്ടുന്നുണ്ട്. അധികം വൈകാതെ ലീസലിന്റെ വളർത്തുപിതാവിനു യുദ്ധമുന്നണിയിൽ സൈന്യത്തിന്റെ ജോലിക്കായി പോകേണ്ടി വരുന്നു. പരിക്കേറ്റതിന്റെ പേരിൽ അദ്ദേഹത്തിനു കുടുംബത്തിൽ മടങ്ങിയെത്തുന്നെങ്കിലും

വൈകാതെ ഒരു രാത്രിയിൽ ആ നഗരത്തിൽ ബോംബ് സ്ഫോടനമുണ്ടാകുന്നു. വീടു തകർന്നു ലീസലിന്റെ മാതാപിതാക്കൾ കൊല്ലപ്പെടുന്നു. ലീസൽ മാത്രം രക്ഷപ്പെട്ടു പുറത്തു വരുന്നു. റൂഡിയ്ക്കും മാരകമായി പരിക്കേറ്റിരുന്നു. അടുത്തേക്ക് ഓടിയെത്തുന്ന ലീസലിനോട് അവൻ തന്റെ പ്രണയം വെളിപ്പെടുത്താൻ ശ്രമിക്കുന്നെങ്കിലും അതു പറഞ്ഞു തീരുന്നതിനു മുമ്പേ റൂഡി മരണത്തിനു കീഴടങ്ങുന്നു. സൈനികർ എത്തുകയും ലീസലിനെ ഒരു സ്ട്രെച്ചറിൽ കിടത്തുകയും ചെയ്യുന്നു. ചുറ്റുമുള്ള നാശനഷ്ടങ്ങൾക്കിടയിൽ ഒരു പുസ്തകം കാണുന്ന ലീസൽ ആ അവസ്ഥയിലും അതു സ്വന്തമാക്കുന്നുണ്ട്.

രണ്ടു വർഷങ്ങൾക്കു ശേഷം ഒരു തയ്യൽ കടയിൽ വച്ചു ലീസൽ, യഹൂദയുവാവായ മാക്സിനെ വീണ്ടും കണ്ടുമുട്ടുന്നു. അയാൾ മരിച്ചിട്ടില്ലെന്ന അറിവ് അവൾക്ക് ആഹ്ലാദം പകരുന്നു. അവർ ആലിംഗനബദ്ധരാകുന്നു.

ലീസൽ 90 വയസ്സു വരെ ജീവിച്ചുവെന്നും മക്കളും പേരക്കുട്ടികളും ഒക്കെയുള്ള സംതൃപ്തമായ ഒരു ജീവിതമായിരുന്നു അവരുടേതെന്നും അവർ ഒരു എഴുത്തുകാരിയായെന്നും സിനിമയുടെ ഒടുവിൽ പ്രേക്ഷകരറിയുന്നു. ആരെയാണ് ലീസൽ വിവാഹം ചെയ്തതെന്നു വ്യക്തമാക്കപ്പെടുന്നില്ല. 90 വയസ്സുള്ള ലീസലിനെ നാം കാണുന്നുമില്ല. അവരുടെ മനോഹരമായ വീട്ടിലെ വിവിധ ച്ഛായാചിത്രങ്ങളിലൂടെയും മറ്റും കറങ്ങുന്ന ക്യാമറ, പ്രേക്ഷകർക്കു പരിചിതയായ ബാലികയായ ലീസലിന്റെ ഒരു ചിത്രത്തിൽ ചെന്നു നിൽക്കുകയാണ്.

ആസ്ത്രേലിയൻ എഴുത്തുകാരനായ മാർകസ് സുസാക്കിന്റെ ഇതേ പേരിലുള്ള നോവലിനെ ആസ്പദമാക്കിയെടുത്ത സിനിമയാണിത്. ■